SÍÐASTA SAMMORKUBÓKIN

Hækkaðu samlokuleikinn þinn með yfir 100 ljúffengum uppskriftum sem innihalda fersku hráefni, klassískum samsetningum og einstökum snúningum

Njála Eysteinsdottir

kynning

Þreyttur á sömu gömlu samlokusamsetningunum? Viltu heilla vini þína og fjölskyldu með skapandi og ljúffengum samlokum? Horfðu ekki lengra en hina fullkomnu samlokumatreiðslubók!

Þessi matreiðslubók inniheldur yfir 100 samlokuuppskriftir sem munu fullnægja hvers kyns þrá, allt frá klassískum samsetningum eins og BLT og grilluðum osti til einstakra snúninga eins og banh mi innblásinn undirrétt eða grillaðan grænmetishúð og hummus. Hver uppskrift inniheldur ferskt hráefni og auðvelt að fylgja leiðbeiningum sem gera þér kleift að búa til ótrúlegar samlokur á skömmum tíma.

En þetta snýst ekki bara um áleggið – þessi matreiðslubók inniheldur einnig uppskriftir að heimabökuðu brauði, snúðum og áleggi sem mun taka samlokurnar þínar á næsta stig. Hvort sem þú ert að leita að snöggum hádegisverði, lautarferð eða veislurétti sem gleður mannfjöldann, þá er SÍÐASTA SAMMORKUBÓKIN með þér.

Svo hvers vegna að sætta sig við leiðinlegar samlokur þegar þú getur bætt samlokuleiknum þínum með þessari matreiðslubók? Með uppskriftum fyrir hvert tilefni og smekk muntu aldrei verða uppiskroppa með gómsætar samlokuhugmyndir.

samlokumatreiðslubók, samlokuuppskriftir, skapandi samlokur, ljúffengar samlokur, ferskt hráefni, einstakir snúningar, klassískar samsetningar, heimabakað brauð, álegg, hádegismat, lautarferð, veisluplata.

1. Tómatar með rækjum

Gerir 4 skammta

HRÁEFNI

- 4 stórir arfatómatar
- 6 matskeiðar af fituskertu majónesi
- 1 tsk karrýduft
- 1/4 tsk salt
- 1/4 tsk malað engifer
- 3/4 pund soðin afhýdd og afhýdd rækju
- 1 sellerístilkur, saxaður
- 1/2 bolli smátt skorin agúrka
- 1 lítil nafla appelsína, afhýdd og smátt skorin
- 2 grænir laukar, þunnar sneiðar

LEIÐBEININGAR

a) Skerið og sneið hvern tómat í þrjár þykkar sneiðar; holræsi á pappírshandklæði.

b) Blandið majónesi og kryddi í stóra skál; blandið restinni af hráefnunum saman við. Setjið þrjár tómatsneiðar fyrir hvern skammt og leggið þær í lag með rækjublöndunni.

2. Kalkúnn og avókadó samloka

HRÁEFNI

- 2 sneiðar af heilhveitibrauði
- 2-3 sneiðar af kalkúnabringum
- 1/4 avókadó, skorið í sneiðar
- 1 sneið af cheddar osti
- 1 skeið af majónesi
- 1 tsk Dijon sinnep
- Salat og tómatar, að vild

LEIÐBEININGAR :

a) Bakið brauðsneiðarnar þar til þær verða ljósgylltar á litinn.
b) Dreifið majónesi og Dijon sinnepi á aðra hliðina á hverri brauðsneið.
c) Leggið kalkún, avókadó, ost, salat og tómata á milli brauðsneiðanna.
d) Skerið samlokuna í tvennt og berið fram.

3. Samloka með grænmeti og hummus

HRÁEFNI

- 2 sneiðar af heilkornabrauði
- 2 skeiðar af hummus
- 1/4 bolli rifnar gulrætur
- 1/4 bolli niðurskorin agúrka
- 1/4 bolli sneið rauð paprika
- 1 sneið af cheddar osti
- Salt og pipar eftir smekk

LEIÐBEININGAR :

a) Bakið brauðsneiðarnar þar til þær verða ljósgylltar á litinn.
b) Smyrjið hummus á aðra hliðina á hverri brauðsneið.
c) Leggið rifnar gulrætur, gúrku í sneiðar, rauð paprika og cheddarost á milli brauðsneiðanna.
d) Kryddið með salti og pipar eftir smekk.
e) Skerið samlokuna í tvennt og berið fram.

4. Túnfisksalat samloka

HRÁEFNI

- 2 sneiðar af hvítu brauði
- 1 dós túnfiskur, tæmd
- 1/4 bolli sneið sellerí
- 1/4 bolli hægeldaður laukur
- 2 skeiðar af majónesi
- 1 tsk Dijon sinnep
- Salt og pipar eftir smekk
- Salat og tómatar, að vild

LEIÐBEININGAR :

a) Bakið brauðsneiðarnar þar til þær verða ljósgylltar á litinn.
b) Blandið túnfisknum, selleríinu, lauknum, majónesinu, Dijon sinnepi, salti og pipar í skál.
c) Leggið túnfisk, salat og tómatsalat á milli brauðsneiðanna.
d) Skerið samlokuna í tvennt og berið fram.

5. Grilluð Ch eddar samloka

HRÁEFNI

- 2 sneiðar af súrdeigsbrauði
- 2 sneiðar af cheddar osti
- 2 matskeiðar af smjöri

LEIÐBEININGAR :

a) Hitið non-stick pönnu yfir miðlungshita.
b) Penslið aðra hliðina á hverri brauðsneið.
c) Setjið brauðsneið með smjörhliðinni niður á pönnuna.
d) Toppið með cheddar ostsneiðunum og seinni brauðsneiðinni, smjörhliðinni upp.
e) Eldið þar til brauðið er gullinbrúnt og osturinn bráðinn, um 2-3 mínútur á hlið.
f) Skerið samlokuna í tvennt og berið fram.

6. BLT samlokan

HRÁEFNI

- 2 sneiðar af hvítu brauði
- 3 ræmur af beikoni, soðið
- 1/4 avókadó, skorið í sneiðar
- 2 sneiðar af tómötum
- 1 skeið af majónesi
- Salat

LEIÐBEININGAR :

a) Bakið brauðsneiðarnar þar til þær verða ljósgylltar á litinn.
b) Dreifið majónesi á aðra hliðina á hverri brauðsneið.
c) Leggið beikon, avókadó, tómata og salat á milli brauðsneiðanna.
d) Skerið samlokuna í tvennt og berið fram.

7. Kókos Beikon Reuben samloka

GERIR 4 samlokur

HRÁEFNI

- 1 uppskrift að rúgbrauði
- 1 uppskrift af uppáhalds ostinum þínum
- 1 Beikon Eggaldin Kókos Beikon Uppskrift
- 1 þúsund eyja dressing uppskrift
- 1 bolli af uppáhalds súrkálinu þínu

LEIÐBEININGAR:

a) Setjið sneið af rúgflatbrauði á hvern af fjórum diskum.
b) Smyrjið með lagi af osti.
c) Toppið með sneiðum af kókoshnetubeikoni og dreypið Thousand Island dressingu yfir.
d) Toppið með súrkáli og annarri brauðsneið og berið fram strax.

8. Grillaður ostur og tómatar

GERIR 4 ENDURBYGGINGAR

HRÁEFNI

- 8 sneiðar af kúrbítsbrauði eða sólblómabrauði
- 1 uppskrift af uppáhalds ostasósunni þinni
- 1 tómatur, fræhreinsaður og skorinn í þykkar sneiðar

LEIÐBEININGAR:

a) Settu brauðsneið á hvern af fjórum diskum. Dreifið hverri með um ¼ bolla osti.
b) Toppið með sneið af tómat og annarri brauðsneið.
c) Berið fram strax.

9. Lox, tómatar, rauðlaukur og kapers

GERIR 4 samlokur

HRÁEFNI

- 8 sneiðar af uppáhalds brauðinu þínu
- ¼ bolli Majónes Aioli
- 1 tómatur, fræhreinsaður og skorinn í sneiðar
- 1 bolli sneið mangó eða ung taílensk kókoshneta
- ½ bolli rucola
- ¼ bolli niðurskorinn rauðlaukur
- ¼ bolli tæmd kapers

LEIÐBEININGAR:

a) Settu brauðsneið á hvern af fjórum diskum. Smyrjið hvern skammt með 2 msk Aioli majónesi.

b) Toppið með tómatsneiðunum, svo mangóinu, rucola, lauknum og kapersnum og loks brauðinu sem eftir er.

c) Það mun halda í nokkrar klukkustundir.

10. <u>Blt klúbburinn</u>

GERIR 4 ENDURBYGGINGAR

HRÁEFNI

- 12 sneiðar af kúrbítsbrauði eða sólblómabrauði
- 1 Majónes Aioli uppskrift
- 8 iceberg salat lauf
- 1 tómatur, fræhreinsaður og skorinn í sneiðar
- 1 þroskað avókadó, afhýtt og skorið í sneiðar
- 1 Kókosskinkuuppskrift

LEIÐBEININGAR:

a) Setjið brauðsneið á hvern diskanna fjögurra og smyrjið með nokkrum matskeiðum af majónesi. Toppið hvern bita með salatblaði, síðan tómatsneið, smá avókadó og svo aðra brauðsneið. Dreifið þeirri sneið með auka majó og toppið með sneiðum af kókoshnetubeikoni, salati og tómötum. Dreifið nokkrum skeiðum af majónesi á aðra hliðina af brauðsneiðunum sem eftir eru og setjið majónesið niður ofan á samlokurnar.

b) Samloka samlokan verður geymd í nokkrar klukkustundir.

11. Spott túnfisksalat

GERIR 4 ENDURBYGGINGAR

HRÁEFNI

- 1 Majónes Aioli uppskrift
- 3 bollar af gulrótarkvoða
- 1 bolli saxað sellerí
- ¼ bolli saxaður gulur laukur
- 1 uppskrift af uppáhalds brauðinu þínu

LEIÐBEININGAR:

a) Setjið Aioli-majónesi, gulrótarkvoða, sellerí og lauk í blöndunarskál. Blandið vel saman.

b) Settu samlokurnar saman með því að dreifa fjórðungi af blöndunni á milli brauðsneiðanna tveggja. Toppið með sneiðum tómötum og icebergsalati. Endurtaktu til að búa til samlokurnar sem eftir eru.

c) Samlokurnar verða geymdar í nokkrar klukkustundir. Mock Tuna Salat geymist í 2 daga þegar það er geymt sérstaklega í kæli.

12. Opin samloka með kanil-eplum

GERIR 4 ENDURBYGGINGAR

HRÁEFNI

- 1 uppskrift Misosmjör, Vanillusmjör, Lavender Smjör eða Súkkulaðismjör
- 1 epli, kjarnhreinsað og skorið í sneiðar
- ¼ bolli agave síróp
- 1 tsk malaður kanill

LEIÐBEININGAR:

a) Settu brauðsneið á hvern af fjórum diskum. Smyrjið hverri sneið með smjöri að eigin vali.

b) Toppið með sneiðum eplum, dreypið agavesírópi yfir og stráið kanil yfir.

c) Það geymist í einn dag.

13. P graskersostasamlokur

Gerir: 16 skammta

HRÁEFNI :

- 16 sneiðar Hvítt eða heilhveiti brauð
- 8 sneiðar Hvítur ostur eins og Jack
- 4 stórir Svartar frælausar ólífur
- 8 sneiðar Ceder ostur
- 1 dós Hakkaðar svartar ólífur
- 4 stórir Grænar ólífur með fræjum
- 12 Pimento sneiðar

LEIÐBEININGAR:

a) Þrýstið draugakökuskera niður í 1 brauðsneið. Skerið og fargið umframbrauðinu í kringum skerið; settu til hliðar bita af draugalaga brauði. Endurtaktu með 7 brauðsneiðum til viðbótar.

b) Skerið afganginn af brauðinu í graskersform á sama hátt með því að nota graskerskökuform.

c) Ristaðu draugana og squash undir grillpönnu þar til þau eru gullinbrún, um það bil 1 mínútu. Snúðu og endurtaktu á hinni hliðinni.

d) Takið brauðið úr ofninum og setjið til hliðar. Notaðu draugakökuskera til að skera 8 draugaform úr hvítu ostasneiðunum. Stingdu tvö göt á hverja sneið af hvítum osti með litlum, beittum hníf. Gakktu úr skugga um að "augu" séu nógu stór til að vera opin þegar osturinn bráðnar. Skerið svörtu ólífurnar í tvennt eftir endilöngu.

e) Settu það á draugabrauðsneiðarnar þar sem augu drauga fara. Setjið 1 sneið af draugalaga hvítum osti á 1 sneið af draugabrauði með augngötum yfir ólífurnar. Endurtaktu með afganginum af draugabrauði og hvítum osti.

f) Notaðu graskerskökur til að skera 8 graskersform úr appelsínuostsneiðunum. Skerið 2 holur fyrir augu og munn í hverja ostsneið. Hyljið yfirborð graskersbrauðssneiðanna með söxuðum svörtum ólífum. Skerið grænu ólífurnar í tvennt eftir endilöngu.

g) Setjið sneið af grænni ólífu á stilkinn og bíðið eftir að hún passi. Toppið brauðið og ólífurnar með appelsínuosti. Setjið pimentó sneiðar inní.

h) Setjið allar samlokurnar á bökunarplötu og setjið undir grillið þar til osturinn er örlítið bráðinn, 1 til 2 mínútur.

14. Grilluð andasamloka

Gerir: 2 skammta

HRÁEFNI:

- 1 andakjöt úr 1 heilsteiktri önd
- 1 bolli heimagerð eða tilbúin grillsósa
- 1 matskeið þunnt sneiddur grænn laukur
- 2 laukrúllur
- 1 poki af franskar; valfrjálst

Skerið öndina þunnt í hæfilega ræma. Blandið önd, grillsósu og grænlauk saman í lítinn pott og hitið í gegn. Skerið rúllurnar opnar og steikið þær. Fylltu hverja rúllu með ríkulegum skammti af andablöndunni. Berið fram skreytt með smá flögum.

15. Svínakjötssamloka

HRÁEFNI:

- 2–4 sneiðar steikt svínakjöt með brakandi
- 4 matskeiðar - sætt og súrt rauðkál
- 3 matskeiðar af góðu majónesi
- 1 matskeið sterkt, þykkt sinnep
- 2 súrum gúrkum, skornum í sneiðar
- 1 dömu epli
- Nokkrir rauðlaukshringar (valfrjálst)

SÓSA–SÆTT RAUÐKÁL

- 1 meðalstór rauðkál
- 1/2 flaska af rauðvíni
- Krydd: negull, lárviðarlauf, kanilstöng, pipar, anís
- 2 laukar
- Salt
- 3 matskeiðar af anda- eða gæsafitu
- 2 bollar balsamikedik eða eplasafi
- 2 matskeiðar af rörsykri, fer eftir sætleika vínsins og edikisins

LEIÐBEININGAR:

a) Hitið svínakjöt og rauðkál aftur ef þarf.
b) Blandið majónesi saman við sinnep og smyrjið á brauðsneiðar.
c) Leggið rauðkálið, kjötið, gúrkurnar í sneiðar, eplin og niðursneiddan lauk á aðra brauðsneiðina og lokið með hinni til að búa til samloku.
d) Sjóðið rauðvín með þurru kryddi í 5 mínútur og látið blandast í 15 mínútur.
e) Fjarlægðu stilkinn af kálhausnum ef hann er til og saxaðu hann. Afhýðið og saxið laukinn.
f) Steikið rauðkálið og laukinn í gæsafitunni á stórri, þykkbotna pönnu.
g) Hellið rauðvíninu í sigti til að fjarlægja kryddin á pönnunni og saltið.

h) Látið sjóða í að minnsta kosti klukkutíma - eldun í nokkrar klukkustundir gefur mjúkt og einstaklega bragðgott kál.

i) Kryddið rauðkálið með ediki og sykri.

16. Pane er Bhurji

Gerir: 2 skammta

HRÁEFNI:

- ½ tsk grænt chili, saxað
- 1 ½ msk ferskt kóríander, saxað
- 4 brauðsneiðar
- ½ bolli kotasæla
- 2 skeiðar af tómötum
- ¼ tsk piparduft
- Klípa af túrmerikdufti
- ¼ tsk kúmenfræ
- Salt
- 1 ½ tsk af skýru smjöri

LEIÐBEININGAR

a) Hitið ghee eða olíu á pönnu og bætið kúmenfræjum út í.

b) Þegar fræin byrja að klikka, bætið þá grænu chillíunum út í og hrærið.

c) Hrærið söxuðum tómötum saman við í nokkrar sekúndur, eða þar til hann er mjúkur.

d) Hrærið túrmerikinu og paneer út í.

e) Bætið við piparduft, salti og hrærið í nokkrar sekúndur.

f) Blandið söxuðu kóríander á pönnuna.

g) Smyrjið smjöri á aðra hlið hvers brauðs.

h) Settu eina sneið á grillið og dreifðu helmingnum af paneerfyllingunni yfir.

i) Hyljið brauðbita með smjörhliðinni upp og grillið þar til það er gullið.

j) Takið það af grillinu og skerið það í tvo hluta.

17. Pimentostur og tómatsamloka

Gerir : 8 TIL 12 endurtekningar

HRÁEFNI:

FYRIR OSTUNNI:

- ½ bolli majónesi
- 4 oz rjómaostur
- 3 bollar rifinn cheddar ostur
- 1 (4 aura) krukka niðurskorin pimentos, tæmd
- 1 matskeið af söxuðum gulum lauk
- 1 teskeið af söxuðum hvítlauk
- 1 tsk Worcestershire sósa
- ½ tsk malaður svartur pipar

FYRIR TÓMATA:

- 1 bolli sjálfhækkandi hveiti
- 1 bolli Polenta
- ½ tsk kosher salt
- ½ tsk malaður svartur pipar
- 2 egg
- ½ bolli súrmjólk
- 4 stórir grænir tómatar, skornir ½ tommu þykkir
- 2 bollar af jurtaolíu, til djúpsteikingar
- 2 franskbrauð, skorin í tvennt eftir endilöngu

LEIÐBEININGAR:

a) Blandið majónesinu og rjómaostinum saman í stóra skál og blandið þar til vel blandað saman. Bætið við cheddarostinum, pimentosinu, lauknum, hvítlauknum, Worcestershire sósunni og svörtum pipar. Blandið þar til það hefur blandast vel saman, hyljið skálina og kælið í að minnsta kosti 6 klukkustundir.

b) Í meðalstórri blöndunarskál, blandaðu saman sjálfhækkandi hveiti, polentu, salti og svörtum pipar. Blandið þar til það hefur blandast vel saman og setjið til hliðar.

c) Blandið eggjunum og súrmjólkinni saman í annarri meðalstórri skál og blandið vel saman.

d) Þurrkaðu sneiða tómatana með pappírshandklæði. Dýfið tómötunum í eggjablönduna og síðan í hveitiblönduna. Látið tómatana standa í 5 mínútur.

e) Í stórri pönnu yfir miðlungs hita, helltu jurtaolíunni þar til hún er 2 til 3 tommur djúp. Bætið tómötunum út í og steikið þar til þeir eru fallegir og gullnir, 3 til 4 mínútur.

f) Stráið pimentoostinum á neðri helminginn af franska brauðinu, toppið síðan með steiktu tómötunum og efsta helminginn af franska brauðinu. Skerið í einstakar samlokur og berið fram.

18. Hassel bak Tómatklúbba

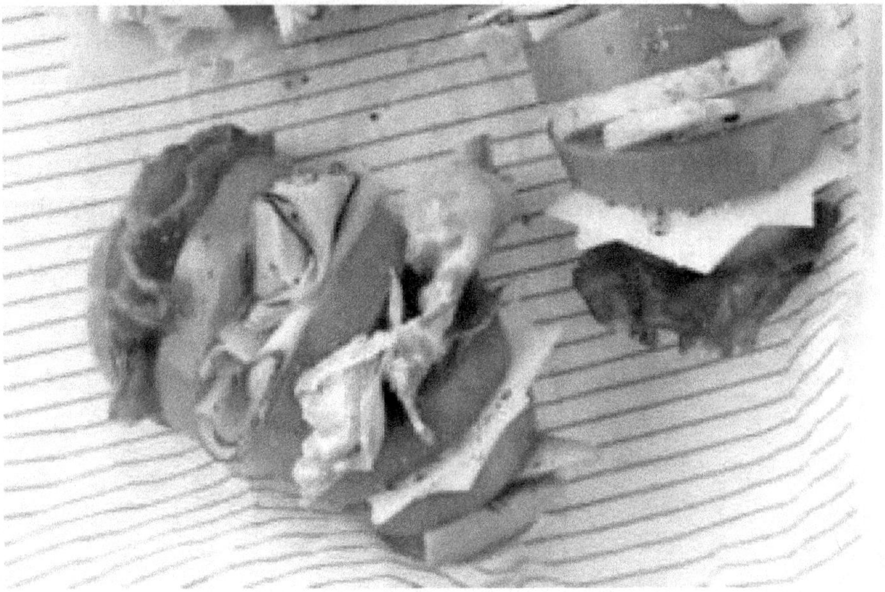

Gerir 2 skammta

HRÁEFNI

- 4 plómutómatar
- 2 sneiðar svissneskur ostur skorinn í fernt
- 4 ræmur af soðnu beikoni, helmingað
- 4 sneiðar af kalkún
- 4 blöð af Bibb-salati
- 1/2 meðalþroskað avókadó, afhýtt og skorið í 8 sneiðar
- Sprunginn pipar

LEIÐBEININGAR

a) Skerið 4 sneiðar þversum í hvern tómat og látið botninn vera ósnortinn.

b) Toppið hverja sneið með osti, beikoni, kalkúni, káli og avókadó. Stráið pipar yfir.

19. Steiktar grænar napóleonur með slaw

HRÁEFNI

- 1/3 bolli majónesi
- 1/4 bolli hvítt edik
- 2 skeiðar af sykri
- 1 teskeið af salti
- 1 teskeið af hvítlauksdufti
- 1/2 tsk pipar
- 1 pakki (14 aura) þrílita hrásalatblanda
- 1/4 bolli fínt saxaður laukur
- 1 dós (11 aura) mandarínur appelsínur, tæmd
- steiktir tómatar:
- 1 stórt egg, létt þeytt
- Dreifið chilisósu yfir, eða eftir smekk
- 1/4 bolli alhliða hveiti
- 1 bolli þurr mola
- 2 meðalgrænir tómatar, skornir í 4 sneiðar hvor
- Olía til steikingar
- 1/2 teskeið af salti
- 1/4 tsk pipar
- 1/2 bolli pimiento ostur í kæli
- 4 teskeiðar af piparhlaupi

LEIÐBEININGAR

a) Sameina fyrstu sex hráefnin . Bætið hrásalatiblöndunni og lauknum út í. Bæta við mandarínum appelsínum; hrærið varlega.

b) Þeytið eggið og heita sósuna í grunnri skál. Setjið hveiti og brauðrasp í aðskildar grunnar skálar. Dýfðu tómatsneiðum í hveiti til að hjúpa báðar hliðar; of mikill hristingur. Dýfið í eggjablönduna, síðan í brauðmylsnuna, þeytið til að húðin festist.

c) Hitið olíu í 350° í rafmagnspönnu eða djúpri pönnu. Steikið tómatsneiðarnar, nokkrar í einu, þar til þær eru brúnar, 1-2 mínútur á hvorri hlið. Tæmið á pappírshandklæði. Stráið salti og pipar yfir.

d) Til að setja saman napóleon, leggið tómatsneið saman við 1 matskeið af pimiento osti. Endurtaktu lögin. Toppið með 1 tsk af piparhlaupi. Endurtaktu með tómatsneiðunum sem eftir eru. Berið fram yfir kálsalati.

20. Bakaðar eggaldinsamlokur

Skammtar: 4

HRÁEFNI

- 1 teskeið af ólífuolíu
- 2 egg
- ½ bolli alhliða hveiti, eða meira eftir þörfum
- salt og nýmalaður svartur pipar eftir smekk
- 1 klípa cayenne pipar, eða meira eftir smekk
- 1 bolli panko mola
- 8 eggaldinsneiðar, sneiðar 3/8 tommu þykkar
- 2 sneiðar provolone ostur, skornar í fernt
- 12 þunnar pylsusneiðar
- 2 ⅔ matskeiðar ólífuolía, skipt
- 2 ⅔ matskeiðar fínt rifinn Parmigiano-Reggiano ostur, skipt

LEIÐBEININGAR

a) Forhitið ofninn í 425 gráður F (220 gráður C). Klæðið bökunarplötu með álpappír.

b) Þeytið eggin í lítilli, grunnri skál. Blandið saman hveiti, salti, svörtum pipar og cayenne í stórri grunnri skál. Hellið panko molunum í annað stórt grunnt fat.

c) Á eggaldinsneið, 1/4 af sneið af provolone osti, 3 sneiðar af salami og 1/4 af sneið af provolone osti. Setjið eggaldinsneið af sömu stærð ofan á. Endurtaktu með eggaldinsneiðunum sem eftir eru, osti og salami.

d) Þrýstu varlega hverri eggaldinsamloku inn í kryddað hveiti til að hjúpa; of mikill hristingur. Dýfðu báðum hliðum hverrar samloku í þeytt egg, þrýstu síðan inn panko mola. Settu á tilbúna bökunarplötuna á meðan þú býrð til eggaldinsamlokurnar sem eftir eru.

e) Dreypið 1 tsk ólífuolíu í hring um 3 tommur í þvermál á álpappír; settu eggaldinsamloku á olíusvæðið. Stráið um 1 tsk Parmigiano-Reggiano osti yfir samlokuna. Endurtaktu með hinum 3 samlokunum sem eftir eru, sprautaðu svæði á pappírinn með ólífuolíu, settu eina samloku ofan á olíuna og toppaðu með parmesanosti. Dreifið efst á hverri samloku með 1 tsk ólífuolíu.

f) Bakið hneturnar í forhituðum ofni í 10 mínútur. Snúið samlokunum við og stráið 1 tsk Parmigiano-Reggiano osti yfir. Bakið þar til það er brúnt og skurðhnífur stingur auðveldlega í eggaldinið, 8 til 10 mínútur í viðbót. Berið fram heitt eða við stofuhita.

21. Epli, skinku og ostasamlokur

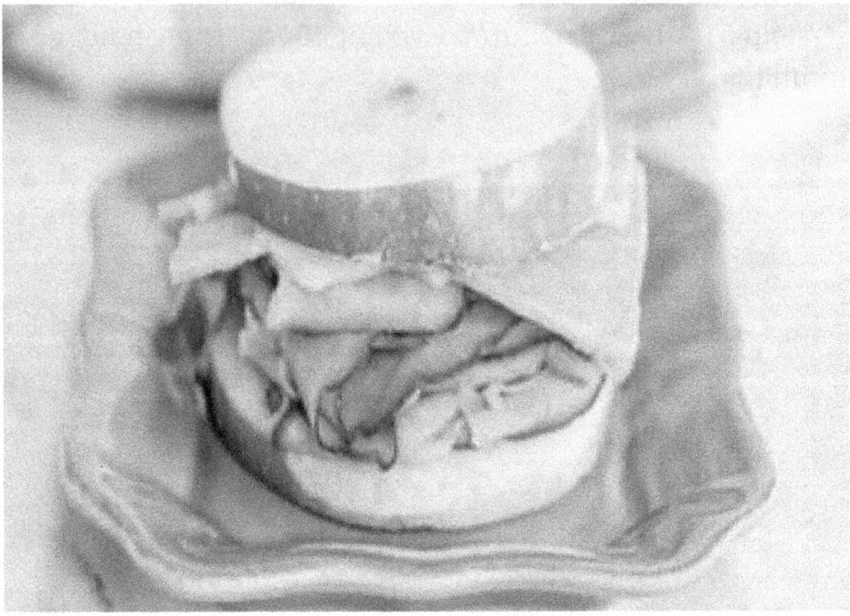

Þjónusta: 2

HRÁEFNI

- epli
- Skinkusneiðar
- Colby Jack Slices
- Brúnt sinnep, Dijon stíl eða krydd að eigin vali

LEIÐBEININGAR

a) Skerið eplin í hringa.
b) Bætið við beikonsneiðum. Setjið ostsneiðarnar ofan á.
c) Dreifið sinnepinu á efsta hringinn á samlokunni og setjið ofan á (kryddhliðin niður).

22. Gúrka Sub

ÞJÓNAR 2

HRÁEFNI

- 2 gúrkur
- kalkúnn, skinka eða annað kjöt eða spæni
- beikon (valfrjálst)
- grænn laukur (valfrjálst)
- tómatar (valfrjálst)
- hvaða samlokufylling sem er (valfrjálst)
- hlæjandi kúaost eða majó eða rjómaostur eða eitthvað annað krydd

LEIÐBEININGAR

a) Skerið gúrkuna eftir endilöngu, frá toppi til enda. Fjarlægðu gúrkuna að innan til að gera pláss fyrir samlokufyllingarnar þínar. Bætið kjöti, grænmeti og öðrum samlokuvörum inn í gúrkuna.

b) Setjið helminginn af gúrkunni á hinn helminginn. Njóttu!!

23. Ítölsk undirsamloka án brauðs

Afrakstur: 4 samlokur

HRÁEFNI

- 8 stórir Portobello sveppir, tæmdir
- 2 matskeiðar af extra virgin ólífuolíu
- Kosher salt
- 1 matskeið af rauðvínsediki
- 1 msk smátt saxaður pepperoncini með fræjum
- 1/2 tsk þurrkað oregano
- Nýmalaður svartur pipar
- 2 aura sneið próvolón (um það bil 4 sneiðar)
- 2 aura lítið natríum þunnt sneið beikon (um 4 sneiðar)
- 1 aura Genúa pylsa, þunnt sneið (um 4 sneiðar)
- 1 lítill tómatur, skorinn í 4 sneiðar
- 1/2 bolli saxað iceberg salat
- 4 ólífur fylltar með pimento

LEIÐBEININGAR

a) Setjið ofngrind í efri þriðjung ofnsins og hitið grillið í ofninum.

b) Fjarlægðu stilkana af sveppunum og fargið. Settu sveppahetturnar á hlið tálknanna og notaðu beittan hníf til að fjarlægja tálknin alveg (svo tálknunum dreift). Setjið sveppalokin á ofnplötu, penslið með 1 msk af olíu og stráið 1/4 tsk af salti yfir. Eldið þar til hetturnar eru mjúkar, snúið við hálfa leið, 4 til 5 mínútur á hlið. Látið kólna alveg.

c) Þeytið saman edik, pipar, oregano, afganginn af 1 matskeið olíu og nokkrum mölum af svörtum pipar í lítilli skál.

d) Setjið samlokurnar saman: Setjið sveppahettu með skurðhliðinni upp á vinnuborð. Brjótið 1 sneið af provolone yfir lokið og endurtakið með 1 sneið af beikoni og pylsum.

e) Toppið með 1 sneið af tómats og um það bil 2 matskeiðar af salati. Dreypið smá pepperoncini vinaigrette yfir. Samloka með annarri sveppahettu og festa með tannstöngli þráðum með ólífu. Endurtaktu með restinni af hráefnunum til að búa til 3 samlokur í viðbót.

f) Vefjið hverri samloku í tvennt með vaxpappír (þetta hjálpar til við að ná öllum safanum) og berið fram.

24. Sætar kartöflur kalkúnar

Gerir 10 skammta

HRÁEFNI

- 4 ræmur af eplreyktu beikoni, þunnar sneiðar
- malaður kalkúnn 1 pund
- 1/2 bolli panko mola
- 2 stór egg
- 1/2 bolli rifinn parmesanostur
- 4 matskeiðar saxað ferskt kóríander
- 1 tsk þurrkuð basil
- 1/2 tsk malað kúmen
- 1 matskeið af sojasósu
- 2 stórar sætar kartöflur
- Rifinn Colby-Monterey Jack ostur

LEIÐBEININGAR

a) Í stórri pönnu, eldið beikon við miðlungshita þar til það er stökkt; holræsi á pappírshandklæði. Fargið öllu nema 2 msk. Leggið pönnuna til hliðar. Sameina beikon með næstu 8 hráefnum þar til það er vel blandað; hyljið og kælið í að minnsta kosti 30 mínútur.

b) Hitið ofninn í 425°. Skerið sætu kartöflurnar í 20 sneiðar um 1/2 tommu þykkar. Settu sneiðarnar á ósmurða bökunarplötu; bakið þar til sætar kartöflur eru orðnar meyrar en ekki brúnaðar, 30-35 mínútur. Fjarlægðu sneiðar; kælið á vírgrind.

c) Hitið pönnu með fráteknum dreypi yfir miðlungs háan hita. Mótið kalkúnablönduna í sleðastærð bökunar. Eldið rennurnar í lotum, 3-4 mínútur á hlið, gætið þess að þrýsta ekki á pönnuna. Bættu við klípu af rifnum cheddar eftir að þú rúllar hverjum renna í fyrsta skiptið. Eldið þar til hitamælirinn sýnir 165° og safinn rennur út.

d) Til að þjóna, setjið hvern renna á sætar kartöflusneið; dreypið hunangi af Dijon sinnepi. Hyljið með annarri sneið af sætri kartöflu. Gataðu með tannstöngli.

25. White Castle hamborgara rennibrautir

Afrakstur: 10 skammtar

HRÁEFNI

- 2 pund magurt nautahakk
- ¼ bolli saxaður þurr laukur
- ¼ bolli heitt vatn
- 3 oz nautakjöt fyrir börn
- ⅔ bolli glært seyði
- 1 pakki pylsubrauð

LEIÐBEININGAR

a) Leggið ¼ bolla af þurrkuðum saxuðum lauk í bleyti í ¼ bolla af heitu vatni þar til hann er mjúkur á meðan blandað er 2 pundum nautahakki saman við 3 únsu krukku af tæmdu nautakjöti barnamat og ¼ bolli af glæru seyði.

b) Haltu kexunum einsleitum með því að nota ¼ bolla af kjötblöndu á hverja kex, fletjaða út í ¼" og fljótsteikta í 1 t olíu á hverja kex á heitri pönnu. Stingdu 3 eða 4 göt á kexið á meðan þú steikir.

c) Skerið pylsubollurnar í tvennt. Skerið ávölu brúnirnar. Steikið 1 t lauk undir hverri núðlu um leið og þið snúið við til að steikja seinni hliðina. Setjið hvern patty á bolluna með 2 dillflögum, sinnepi og catsup.

26. Ostarennibrautir

fyrir 12 renna

HRÁEFNI

- 2 pund nautahakk (910 g)
- 1 teskeið af salti
- 2 teskeiðar af pipar
- 2 teskeiðar af hvítlauksdufti
- ½ hvítlaukur, skorinn í bita
- 6 sneiðar af cheddarosti
- 12 kvöldverðarrúllur, eða sætar rúllur frá Hawaii
- 2 matskeiðar smjör, brætt
- 1 matskeið af sesamfræjum

LEIÐBEININGAR

a) Forhitið ofninn í 350°F (175°C).

b) Blandið nautakjöti, salti, pipar og hvítlauksdufti saman í 9x13 tommu (23x33 cm) eldfast mót, blandið vandlega saman og þrýstið síðan í flatt, jafnt lag. Bakið í 20 mínútur. Sigtið vökvann og setjið eldaða kjötið til hliðar.

c) Skerið rúllurnar í tvennt eftir endilöngu. Setjið neðri helminginn í sama eldfast mót. Setjið soðið kjöt á rúllurnar, síðan laukinn og ostinn. Setjið afganginn af rúllunum ofan á.

d) Penslið toppana á rúllunum með bræddu smjöri og stráið sesamfræjum yfir. Bakið í 20 mínútur, eða þar til brauðið er gullinbrúnt og osturinn bráðinn.

e) Skerið í einstaka rennibrautir og berið svo fram.

27. Tempeh Reuben samlokur

Gerir 2 samlokur

HRÁEFNI

- 8 aura af tempeh
- 3 matskeiðar vegan majónesi
- 1 matskeið af sætum súrum gúrkum
- 1 grænn laukur, saxaður
- 2 skeiðar af ólífuolíu
- Salt og nýmalaður svartur pipar
- 4 sneiðar af rúg- eða pumpernickel brauði
- ¾ bolli súrkál, vel tæmd

LEIÐBEININGAR

a) Í miðlungs potti af sjóðandi vatni, eldið tempeh í 30 mínútur. Tæmið tempeh og látið kólna. Tæmið og skerið í 1⁄4 tommu sneiðar.

b) Í lítilli skál skaltu sameina majónesi, tómatsósu, relish og grænan lauk. Kryddið með salti og pipar eftir smekk, blandið vel saman og setjið til hliðar.

c) Í meðalstórri pönnu, hitið olíuna yfir miðlungshita. Bætið við tempeh og eldið þar til gullinbrúnt á báðum hliðum, um það bil 10 mínútur alls. Kryddið með salti og pipar eftir smekk. Takið af pönnunni og setjið til hliðar.

d) Þurrkaðu af pönnunni og settu til hliðar. Smjörlíki er dreift á aðra hliðina á hverri brauðsneið. Setjið 2 brauðsneiðar með smjörlíki niður á pönnuna. Smyrjið dressingunni á báðar brauðsneiðarnar og toppið með steiktu tempeh og súrkáli.

e) Toppið með 2 brauðsneiðunum sem eftir eru, með smjörlíkinu ofan á. Flyttu samlokurnar yfir á pönnuna og eldaðu þar til þær eru ljósbrúnar á báðum hliðum, snúðu einu sinni, um það bil 2 mínútur á hvorri hlið.

f) Takið samlokurnar af pönnunni, skerið þær í tvennt og berið fram strax.

28. Það bragðast svipað og Tuna S alad samlokur

Gerir 4 samlokur

HRÁEFNI :

- 11⁄2 bolli soðnar eða 1 (15,5 aura) dós kjúklingabaunir, tæmd og skoluð
- 2 sellerístilkar, saxaðir
- 1⁄4 bolli saxaður laukur
- 1 tsk kapers, tæmd og saxuð
- 1 bolli vegan majónes
- 2 teskeiðar af ferskum sítrónusafa
- 1 tsk Dijon sinnep
- 1 tsk af þaradufti
- 4 salatblöð
- 4 sneiðar af þroskuðum tómötum
- Salt og pipar
- Brauð

LEIÐBEININGAR

a) Í meðalstórri skál, saxið kjúklingabaunirnar gróft. Bætið selleríinu, lauknum, kapers, 1⁄2 bolla majónesi, sítrónusafa, sinnepi og þaradufti út í. Kryddið með salti og pipar eftir smekk. Blandið þar til það hefur blandast vel saman. Lokið og kælið í að minnsta kosti 30 mínútur til að leyfa bragðinu að blandast saman.

b) Þegar þú ert tilbúinn til framreiðslu skaltu dreifa afganginum af 1⁄4 bolla majónesi á 1 hlið hverrar brauðsneiðar. Setjið salat og tómata á 4 af brauðsneiðunum og skiptið kjúklingabaunum jafnt yfir. Toppið hverja samloku með brauðinu sem eftir er með majónesi niður, skerið í tvennt og berið fram.

29. Sléttar Bulgur samlokur

Gerir 4 samlokur

HRÁEFNI :

- 1¾ bollar af vatni
- 1 bolli af meðalstórri bulgur
- Salt
- 1 skeið af ólífuolíu
- 1 lítill rauðlaukur, saxaður
- 1⁄2 meðal rauð paprika, söxuð
- 1 (14,5 aura) dós muldir tómatar
- 1 skeið af sykri
- 1 matskeið gulbrúnt eða kryddað sinnep
- 2 teskeiðar af sojasósu
- 1 tsk af chilidufti
- Nýmalaður svartur pipar
- 4 samlokurúllur helmingaðar lárétt

LEIÐBEININGAR

a) Í stórum potti, láttu vatn sjóða við háan hita. Setjið bulgur út í og saltið vatnið aðeins. Lokið, takið af hitanum og setjið til hliðar þar til bulgur er mjúkt og vatn frásogast, um 20 mínútur.

b) Á meðan hitarðu olíuna á stórri pönnu við meðalhita. Bætið lauknum og piparnum út í, setjið lok á og eldið þar til það er mjúkt, um 7 mínútur. Hrærið tómötunum, sykri, sinnepi, sojasósu, chilidufti og salti og svörtum pipar saman við eftir smekk. Látið malla í 10 mínútur, hrærið oft.

c) Hellið bulgurblöndunni á neðri helming hverrar rúllu, toppið með hinum helmingnum og berið fram.

30. Garðplásturssamlokur á brauði

Gerir 4 samlokur

HRÁEFNI :

- 1 pund extra stíft tofu, tæmt og þurrkað
- 1 meðalstór rauð paprika, smátt skorin
- 1 sellerístilkur, smátt saxaður
- 3 grænir laukar, saxaðir
- 1⁄4 bolli söxuð sólblómafræ
- 1⁄2 bolli vegan majónes
- 1⁄2 tsk salt
- 1⁄2 tsk sellerísalt
- 1⁄4 tsk nýmalaður svartur pipar
- 8 sneiðar af heilkornabrauði
- 4 (1⁄4 tommu) þroskaðar tómatsneiðar
- salatblöð

LEIÐBEININGAR

a) Myljið tófúið og setjið í stóra skál. Bætið papriku, sellerí, grænum lauk og sólblómafræjum út í. Hrærið majónesi, salti, sellerísalti og pipar saman við og blandið þar til vel blandað saman.

b) Gerðu ristað brauð ef vill. Dreifið blöndunni jafnt á 4 brauðsneiðar. Toppið hvern með sneið af tómat, salati og brauði sem eftir er. Skerið samlokurnar á ská í tvennt og berið fram.

31. Samlokur með ávöxtum og hnetum

Gerir 4 samlokur

HRÁEFNI :

- 2⁄3 bolli möndlusmjör
- 1⁄4 bolli agave nektar eða hreint hlynsíróp
- 1⁄4 bolli saxaðar valhnetur eða aðrar hnetur að vild
- 1⁄4 bolli þurrkuð niðursoðin trönuber
- 8 sneiðar af heilkornabrauði
- 2 þroskaðar Bosc eða Anzhou perur, kjarnhreinsaðar og þunnar sneiðar

LEIÐBEININGAR

a) Blandið saman möndlusmjöri, agave nektar, valhnetum og bláberjum í lítilli skál og hrærið þar til það hefur blandast vel saman.

b) Skiptið blöndunni á milli brauðsneiðanna og dreifið jafnt yfir. Toppið 4 brauðsneiðarnar með perusneiðunum, með hliðinni upp. Setjið afganginn af brauðsneiðunum ofan á perusneiðarnar með skera hliðinni niður. Skerið samlokurnar í skáar sneiðar og berið fram strax.

32. Grillaður ostur með kjúklingi og vöfflum

HRÁEFNI :

- 16 únsur. Mozzarella, sneið
- 12 sneiðar pancetta, þunnar sneiðar
- 1 matskeið af hlynsírópi
- 1/2 bolli majónesi
- 2 ferskar ferskjur (eða 1 lítil dós af ferskjum, tæmd)
- 8 frosnar vöfflur
- 2 skeiðar af mjúku smjöri
- 4-4 únsur. beinlausar kjúklingabringur
- 1 bolli af hveiti
- 1 bolli súrmjólkurdressing
- 2 bollar af jurtaolíu

LEIÐBEININGAR

a) Eldið pancettan á pönnu þar til hún er örlítið stökk.
b) Blandið sírópinu og majónesi saman við og setjið til hliðar.
c) Skerið ferskjurnar í þunnar sneiðar.
d) Setjið vöfflur og smjör á annarri hliðinni á hvorri. Veltið yfir og dreifið majónesiblöndunni á smjörlausu hliðina á vöfflunum.
e) Hveiti kjúklinginn, dýfðu kjúklingnum síðan í búgarðsdressinguna og síðan aftur í hveitið.
f) Komið jurtaolíu á meðalhita á pönnu og eldið kjúklinginn þar til hann er brúnn á báðum hliðum og innri hiti nær 165 gráðum.
g) Á hlið majónesvöfflunnar, leggið mozzarella, kjúkling, pancetta, ferskjur í lag og endið með meiri mozzarella og annarri vöfflu.
h) Í non-stick pönnu við miðlungshita, eldið í eina mínútu, þrýstið niður með spaða. Snúið við og endurtakið þar til osturinn er bráðinn og gullinbrúnn. Takið út, skerið og berið fram.

33. Beikon og grillaðar osta vöfflusamlokur

Gerir 4 skammta

HRÁEFNI

- 8 frystar ristaðar vöfflur
- 1 matskeið Dijon sinnep (valfrjálst)
- ½ pund sneið deli beikon
- ¼ pund cheddar, þunnt sneið
- 4 matskeiðar af ósöltuðu smjöri

LEIÐBEININGAR

a) Settu 4 af vöfflunum á vinnuborð. Dreifðu annarri hliðinni með sinnepi (ef þú notar). Toppið með beikoni, osti og afganginum af dressingunni. Penslið toppinn á hverri samloku með 1/2 msk smjöri. Bræðið afganginn af smjörinu í stórri ál pönnu við meðalhita. Setjið samlokurnar á pönnuna með smjörhliðinni upp.

b) Eldið, þrýstið öðru hverju með bakinu á spaða, þar til osturinn er bráðinn og vöfflurnar eru gullnar, 3 til 4 mínútur á hlið.

34. Pepperoni, Provolone og Pecorino Pita!

ÞJÓNAR 4

HRÁEFNI :

- 4 bökur
- ½ bolli ristuð rauð og/eða gul paprika, afhýdd og skorin í sneiðar
- 2 hvítlauksgeirar, saxaðir
- 4 aura pepperoni, þunnt sneið
- 4 aura provolone ostur, skorinn í teninga
- 2 matskeiðar nýrifinn pecorino ostur
- 4 ítalskar eða grískar súrsaðar paprikur eins og peperoncini, þunnar sneiðar
- Ólífuolía til að hreinsa pítu

LEIÐBEININGAR

a) Skerið 1 hlið af hverri tertu og opnið til að mynda vasa.

b) Leggðu papriku, hvítlauk, papriku, provolone, pecorino og papriku í hverja pítu og þrýstu til að loka. Húðaðu létt að utan með ólífuolíu.

c) Hitið þunga pönnu sem festist ekki við meðalháan hita eða notaðu samlokuvél eða panini pressu. Setjið samlokurnar á pönnuna.

d) Lækkið hitann í lágan og þyngdu samlokurnar , þrýstu niður þegar þú steikir þær. Eldið bara þar til osturinn er bráðinn; þú vilt ekki að ostarnir brúnist og stökkir bara til að halda öllum fyllingum saman.

e) Berið fram strax.

35. Grillaður Cheddar, Chutney og pylsa

ÞJÓNAR 4

HRÁEFNI :

- 1-2 ljúffengar kryddaðar pylsur, skornar á ská
- 4 heilhveitibökur, vasar opnaðir
- 3-4 matskeiðar af sætu og krydduðu mangóchutney
- 2 matskeiðar saxaður ferskur kóríander
- 6-8 aura rifinn cheddar ostur, gróft rifinn
- 1 matskeið af ólífuolíu til að þvo brauð
- 3 matskeiðar söxuð ristuð sólblómafræ

LEIÐBEININGAR

a) Steikið niðurskornar pylsur á pönnu við meðalhita. Við setjum þau til hliðar til að renna af á pappírshandklæði.

b) Settu kökurnar á vinnuborð. Smyrjið 1 helming af innanverðu með chutney, bætið svo pylsunni, kóríander og loks ostinum út í. Þrýstið létt til að loka og penslið að utan með ólífuolíu.

c) Hitið þunga pönnu sem ekki er stafur yfir meðalháum hita eða notaðu panini pressu. Bætið fylltu pítunum út í og þrýstið létt á; minnka hitann í miðlungs eða jafnvel miðlungs lágan. Eldið á annarri hliðinni þar til létt gyllt í blettum og ostur er bráðinn; snúið við og steikið létt á annarri hliðinni. Þegar osturinn hefur bráðnað er hann tekinn af pönnunni.

d) Berið fram strax, sólblómafræjum stráð yfir og bjóðið til viðbótar chutney til hliðar til að dýfa í.

36. "Eggjasalat" Tofu Pita.

Gerir 4 samlokur

HRÁEFNI :

- 1 pund extra stíft tofu, tæmt og þurrkað
- 1⁄2 bolli vegan majónes, heimabakað
- 1⁄4 bolli saxað mangóchutney, heimabakað
- 2 tsk Dijon sinnep
- 1 matskeið heitt eða milt karrýduft
- 1 teskeið af salti
- 1⁄8 tsk malað cayenne
- 1 bolli rifin gulrót
- 2 sellerístilkar, saxaðir
- 1⁄4 bolli saxaður rauðlaukur
- 8 lítil Boston eða önnur mjúk salatblöð
- 4 (7 tommu) heilkorna pítubrauð, helminguð

LEIÐBEININGAR

a) Myljið tófúið og setjið í stóra skál. Bætið majó, chutney, sinnepi, karrýdufti, salti og cayenne út í og blandið vel saman þar til það hefur blandast vel saman.

b) Bætið gulrótunum, selleríinu og lauknum saman við og blandið saman. Geymið í kæli í 30 mínútur til að leyfa bragðinu að blandast saman.

c) Setjið salatblað inn í hvern pítuvasa, hellið smá af tófúblöndunni ofan á salatið og berið fram.

37. Prosciutto og Taleggio með fíkjum í Mesclun

ÞJÓNAR 4

HRÁEFNI :

- 8 örþunnar sneiðar af súrdeigsbrauði eða baguette
- 3 matskeiðar extra virgin ólífuolía, skipt
- 3-4 aura af prosciutto, skorið í 8 sneiðar
- 8 aura af þroskuðum Taleggio osti, skorinn í átta ¼ tommu þykka bita
- 4 stórar handfyllingar af vorsalatsblöndu (mesclun)
- 2 skeiðar af saxuðum ferskum lauk
- 2 matskeiðar af nýrifnum
- 1 msk ferskur sítrónusafi Salt
- Svartur pipar
- 6 þroskaðar svartar fíkjur, skornar í fjórða
- 1-2 tsk af balsamik ediki

LEIÐBEININGAR

a) Penslið brauðið létt með smávegis af ólífuolíu og leggið á bökunarplötu. 2 Forhitið ofninn í 400°F. Settu brauðin á efstu grind og bakaðu í um það bil 5 mínútur, eða þar til þau eru rétt farin að verða stökk. Takið út og látið kólna, um það bil 10 mínútur.

b) Þegar beikonsneiðarnar eru kólnar, vefjið þá utan um Taleggio sneiðarnar og setjið hverja þeirra ofan á brauðstykki. Setjið til hliðar í smá stund á meðan þið útbúið salatið.

c) Kastaðu grænmetinu með um það bil 1 matskeið af ólífuolíu, kjúklingabaununum og sveppunum, blandaðu síðan með sítrónusafa, salti og pipar eftir smekk. Raðið á 4 diska og skreytið með fíkjufjórðungum.

d) Penslið toppana af beikonsvafðu böggunum með afganginum af ólífuolíu, setjið síðan í stóra ofnfasta pönnu og bakið í 5 til 7 mínútur, eða þar til osturinn byrjar að renna og beikonið er brúnt í kringum brúnirnar.

e) Fjarlægðu pakkana fljótt og settu þá á hvert salat, hristu síðan balsamikedikið á heita pönnuna. Hrærið til að hitna, hellið síðan yfir salöt og ristað brauð. Berið fram strax.

38. Fontina með rucola, Mizuna OG pera

ÞJÓNAR 4

HRÁEFNI :

- 8 sneiðar súrdeigsbrauð Um 6 aura bresaola, þunnar sneiðar
- 6-8 aura af hnetukenndum, bragðbættum, unnum osti eins og Fontina, Jarlsberg eða Emmentaler
- Um það bil 4 bollar blönduð rúlla og mizuna, eða annað mjúkt grænmeti eins og vorblanda
- 2 þroskaðar en stífar perur, þunnar sneiðar eða sneiðar, settar út í smá sítrónusafa til að koma í veg fyrir að brúnast
- 1 saxaður laukur
- 1 matskeið balsamik edik
- 2 matskeiðar extra virgin ólífuolía, auk meira til að þvo saltið af
- Svartur pipar

LEIÐBEININGAR

a) Settu 4 brauðstykki á vinnuborð og dreifðu bresaola á aðra hliðina, dreifðu svo ostinum yfir og endaðu með því að dreifa hinum súrdeigssneiðunum. Þrýstið létt en þétt saman til að loka.

b) Á meðan blandarðu grænmetinu í skál saman við sneiðar perurnar. Skildu það til hliðar.

c) Í lítilli skál, blandaðu lauknum með balsamik ediki og 2 matskeiðar ólífuolíu, kryddaðu síðan með salti og pipar eftir smekk. Skildu það til hliðar.

d) Penslið samlokurnar með litlu magni af ólífuolíu. Hitið samlokupressu eða þunga pönnu sem er ekki stafur yfir miðlungsháan hita og setjið síðan samlokurnar á pönnuna. Þú þarft líklega að gera þetta í 2 settum. Vigtaðu samlokurnar . Eldið þar til brauðið er stökkt og gullið, snúið síðan við og endurtakið á hinni hliðinni, þar til osturinn hefur bráðnað.

e) Rétt áður en samlokurnar eru tilbúnar skaltu henda salatinu með dressingunni. Skiptið salatinu á 4 diska. Þegar samlokurnar eru tilbúnar skaltu taka af pönnunni, skera í fernt og setja 4 á hvern salatdisk.

f) Berið fram strax.

39. Chèvre samlokur á salati

ÞJÓNAR 4

HRÁEFNI :

- Um ½ 2 baguettes, skornar í 12 ská sneiðar um ½ tommu þykkar
- 2 matskeiðar extra virgin ólífuolía, eða eftir þörfum
- 3 aura geitaostur með einum börki, eins og Lezay, sneiddur ¼ til ½ tommu þykkur
- Ríkulegt álegg af þurrkuðum eða ferskum timjanlaufum
- Svartur pipar
- 1 msk rauðvínsedik, skipt
- Um það bil 6 bollar blandað grænmeti, eins og vorblanda, þar á meðal ungt frisee og rucola
- 2 matskeiðar saxuð fersk steinselja, graslaukur, laukur eða samsetning
- 1 skeið af valhnetuolíu
- ¼ bolli valhnetubitar

LEIÐBEININGAR

a) Forhitið grillið.

b) Penslið baguette sneiðarnar með smá ólífuolíu, setjið síðan á bökunarplötu og bakið í um 5 mínútur, eða þar til þær eru gullnar á annarri hliðinni. Fjarlægðu úr kálinu.

c) Snúið ristuðu brauðinu við og setjið sneið eða 2 af geitaostinum á ósoðnu hliðarnar. Magnið sem þú notar fyrir hverja samloku fer eftir því hversu stórar baguette sneiðar þínar eru. Penslið toppana með smá ólífuolíu, stráið timjan og svörtum pipar yfir og hristið svo nokkra dropa af ediki yfir ostana.

d) Á meðan skaltu henda salatinu með söxuðum kryddjurtum og hjúpa með valhnetuolíu og afgangi af ólífuolíu og ediki og stökkva valhnetubitunum yfir. Raðið á 4 stóra diska eða grunnar súpuskálar.

e) Settu geitaostbrauðið undir grillið og steikið í um það bil 5 mínútur, eða þar til osturinn er mýktur og toppurinn er rétt að byrja að kúla á stöðum og osturinn er gullbrúnn á litinn.

f) Setjið strax 3 heitar geitaostasamlokur ofan á klædda salatið á hvern disk og berið fram strax.

40. Bakaðar Halloumi samlokur með lime

ÞJÓNAR 4

HRÁEFNI :

- 1 smjörhaus eða Boston Bibb salat, snyrt og skipt í blöð
- 1 mjúkur hvítlaukur, afhýddur og þunnt skorinn þversum
- 4 matskeiðar af extra virgin ólífuolíu, skipt
- 1 tsk af hvítvínsediki
- 3 stórir þroskaðir tómatar, skornir í bita
- Salt
- Svartur pipar
- ½ baguette, skorið í 12 ská sneiðar um ½ tommu þykkar
- 12 aura halloumi, sneið um ½ tommu þykkt
- 2 lime, skornar í báta (eða um það bil 2 matskeiðar af ferskum lime safa) klípa af þurrkuðu oregano

LEIÐBEININGAR

a) Forhitið grillið.
b) Í stórri skál, blandaðu saman salatinu og lauknum, blandaðu síðan með um það bil 2 matskeiðar af ólífuolíu og ediki. Skiptið á 4 diska, skreytið síðan hvern með tómatsneiðum; stráið salötin yfir salti og pipar og setjið til hliðar.
c) Penslið baguettesneiðarnar með smá ólífuolíu, leggið þær á bökunarplötu og eldið létt á báðum hliðum. Skildu það til hliðar.
d) Setjið halloumi á pönnu og penslið með smá ólífuolíu. Eldið á annarri hliðinni þar til það er brúnt í blettum, fjarlægðu síðan. Snúið hverri ostsneið yfir og toppið með ristuðu brauði, penslið síðan aftur með ólífuolíu og farðu aftur í grillið. Steikið þar til það er hitað í gegn og létt brúnt í blettum.
e) Setjið 3 heita ristaða bita af halloumi á hvert salat, kreistið límónusafa yfir halloumiið og látið það renna yfir salatið. Stráið oregano yfir og berið fram.

41. ristað með trufflum og rucola

ÞJÓNAR 4

HRÁEFNI :

- 4 nokkuð þykkar sneiðar af pain au levain, hver sneið klofnuð
- Um það bil 2 tsk truffluolía, eða eftir smekk (bragðið af mismunandi truffluolíu hefur tilhneigingu til að vera mjög mismunandi)
- 2 bakaðir Jóhannesarjurt ostar Marcellin (um 2 ½ aura hver)
- Klípa af salti
- Um það bil 8 aura ungt arugula lauf (um það bil 4 bollar lauslega pakkað)
- 2 matskeiðar extra virgin ólífuolía Nokkrir hristingar af sherry-ediki

LEIÐBEININGAR

a) Forhitið ofninn í 400°F.

b) Setjið bitana af pain au levain á bökunarplötu og brúnið þá létt í ofni á báðum hliðum. Takið út úr ofninum og dreypið smá truffluolíu yfir hvern, og setjið svo um það bil 1 matskeið af Jóhannesarjurt osti yfir. Marcellin ofan á hvert ristað brauð.

c) Stráið ostinum létt yfir með smá salti. Farið aftur í ofninn í smá stund.

d) Á meðan er rúllubollunni raðað á 4 plötur. Dreypið smá ólífuolíu, smá truffluolíu og nokkrum dropum hér og þar af sherryediki yfir hvern disk. Ekki henda þeim, láttu dropana bara setjast á diskana.

e) Fjarlægðu ostabrauðin úr ofninum eftir aðeins 30 til 45 sekúndur. Þú vilt ekki að osturinn bráðni alveg eða brúnist og verði feitur; þú vilt að það verði aðeins hlýtt og rjómakennt.

f) Setjið 4 bita af ristuðu brauði á hvern salatdisk og berið fram strax.

42. Skinka, ostur og ananas

ÞJÓNAR 4

HRÁEFNI :

- 6-8 aura kalkúnabeikon, þykkt skorið eða skorið í strimla ef það er þegar skorið í þunnar sneiðar
- 3 matskeiðar af majónesi eða eftir þörfum
- 4 þykkar sneiðar af ferskum ananas eða 5 sneiðar niðursoðnar í eigin safa
- 8 sneiðar heilhveiti eða heilhveiti brauð, þunnar sneiðar
- Um það bil 12 til 15 sneiðar af brauði og súrum gúrkum
- ½ laukur, þunnt sneið
- Um það bil 8 aura Taleggio ostur (börkur skorinn af), eða skarpur Cheddar ostur, skorinn í sneiðar
- Extra virgin ólífuolía til að þvo brauð

LEIÐBEININGAR

a) Blandið kalkúnabeikoninu saman við majónesið í lítilli skál. Leggðu það til hliðar.

b) Skerið eða rífið ananasinn og setjið til hliðar í skál. Ef þú notar ferskt, stráið sykri yfir eftir smekk.

c) Leggið út brauðsneiðarnar. Dreifið ananasnum á 4 þeirra. Í hinar 4, setjið fyrst smá af súrum gúrkum, síðan kalkúnabeikonsalatblönduna, svo laukinn og Taleggio. Leggið ananashúðuðu brauðsneiðarnar varlega ofan á til að mynda samlokur og þrýstið vel saman. Penslið létt á hvora hlið með ólífuolíu.

d) Hitið þunga pönnu sem festist ekki við eða panini pressu yfir miðlungsháan hita. Setjið samlokurnar á pönnuna, steikið og pressið, þar til fyrri hliðin er stökk og gullin og osturinn byrjar að bráðna; notaðu síðan spaðann og kannski smá hjálp frá hendinni, snúðu samlokunum varlega við og eldaðu hina hliðina, þrýstu þar til þær eru brúnar.

e) Þegar samlokurnar eru stökkar og ljósbrúnar á báðum hliðum og osturinn bráðnaður, takið þá af pönnunni, skerið í tvennt og berið fram.

43. Ricotta Granola Crumble Grillaður Ostur

HRÁEFNI :

- 15 únsur. Ricotta
- 4 egg
- 1/2 bolli mjólk
- 8 sneiðar af pancetta
- 1 lítill rauðlaukur, þunnt skorinn
- 5 matskeiðar af mjúku smjöri, skipt
- 1/2 bolli púðursykur
- 2 bollar granóla
- 8 sneiðar af kanilbrauði

LEIÐBEININGAR ;

a) Þeytið egg með mjólk og setjið til hliðar.
b) Bætið pancettunni á forhitaða pönnuna og eldið þar til hún er stökk við meðalháan hita. Fjarlægðu og settu til hliðar.
c) Kasta lauknum í forhitaðri pönnu með 1 matskeið af smjöri. Þegar laukurinn byrjar að malla, bætið púðursykrinum út í og eldið þar til hann er mjúkur.
d) Bætið granólunni í skál og setjið við hliðina á eggjaskálinni.
e) Leggið brauðsneiðarnar og smyrjið smjöri á aðra hliðina á hverri sneið, notið alls 2 matskeiðar af smjöri. Á óhúðuðu hliðinni skaltu dreifa þykku lagi af ricotta.
f) Toppið ricotta með lauk og pancetta og setjið afganginn af brauðsneiðinni yfir. Þegar lokað er, dýfið allri samlokunni í eggjablönduna og flytjið yfir í granóluna til að hjúpa allar hliðar alveg.
g) Forhitið pönnu sem festist ekki og bræðið 2 matskeiðar af smjöri með vægum til miðlungs hita. Þegar smjörið hefur bráðnað, bætið samlokunni út í og eldið í um 90 sekúndur, þrýstið niður með spaða. Snúðu og endurtaktu þar til kólnað. Takið út, skerið og berið fram.

44. Lasagna Grillaður ostur

HRÁEFNI :

- 16 únsur. Mozzarella, sneið
- 15 únsur. Ricotta
- 2 msk rifinn parmesan, skipt 1/2 tsk svartur pipar
- 1 tsk ferskur hvítlaukur, saxaður
- 16 únsur. nautahakk
- 1 msk fersk basilíka, blandað saman
- 8 sneiðar af ítölsku brauði
- 2 skeiðar af mjúku smjöri
- 1 teskeið af hvítlauksdufti
- 16 únsur. tómatsósa, skipt

LEIÐBEININGAR ;

a) Blandið saman ricotta, 1 matskeið af parmesan, svörtum pipar, hvítlauk og basil í skál. Skildu það til hliðar.

b) Hitið stóra pönnu yfir meðalháum hita. Eldið og hrærið hakkið þar til það er orðið vel brúnt, um það bil 7-10 mínútur.

c) Setjið brauðið, smjörið á aðra hliðina og stráið hvítlauksdufti yfir og afganginum af parmesan.

d) Dreifið ricotta-blöndunni á smjörlausu hliðina á 4 bitunum (um 1-2 matskeiðar á hvern bita). Setjið soðna hakkið yfir ricotta og síðan mozzarella sneiðar. Smyrjið 1-2 matskeiðum af tómatsósu á hina 4 bitana sem eftir eru og setjið ofan á mozzarella til að loka samlokunum.

e) Færið yfir á forhitaða pönnu yfir miðlungshita og eldið í um 90 sekúndur, þrýstið niður með spaða. Snúið við og endurtakið þar til osturinn er bráðinn og gullinbrúnn.

f) Takið út, skerið í sneiðar og berið fram með tómatsósunni sem eftir er til að dýfa í eða hylja samlokuna.

45. Klassískur ítalskur grillaður ostur

HRÁEFNI :

- 16 únsur. Mozzarella, sneið
- 2 matskeiðar rifinn parmesan
- 4 pylsur
- 1 græn paprika, skorin í þunnar sneiðar
- 1 rauð paprika, þunnar sneiðar
- 1 lítill laukur, þunnt sneið
- 1/4 bolli ólífuolía
- 3/4 tsk hvítlauksduft
- 8 sneiðar af ítölsku brauði
- 2 skeiðar af mjúku smjöri

LEIÐBEININGAR ;

a) Eldið pylsukökurnar að innra hitastigi 165 gráður F á grillinu eða á grillpönnu.
b) Setjið niðursneidda papriku og lauk á bökunarplötu. Penslið létt með olíu og stráið hvítlauksdufti yfir. Bakið við 375 gráður F í 10 mínútur þar til mjúkt.
c) Leggðu út brauðsneiðarnar og dreifðu smjöri á aðra hliðina. Stráið smjörbökuðu hliðinni yfir hvítlauksdufti og parmesan.
d) Leggðu sneið af mozzarella, pylsu, papriku og lauk á smjörlausa hliðina og endaðu með meiri mozzarella.
e) Lokaðu samlokunni og settu í non-stick pönnu við miðlungshita. Eldið í um það bil eina mínútu, þrýstið niður með spaða.
f) Snúið við og endurtakið þar til osturinn er bráðinn og gullinbrúnn. Takið út, skerið og berið fram.

46. Grillaður ostur með Miðjarðarhafs kjötbollum

HRÁEFNI :

- 16 únsur. Mozzarella, sneið
- 15 únsur. Ricotta
- 2 matskeiðar parmesan, skipt
- 8 sneiðar ítalskt brauð, þykkt skorið
- 2 skeiðar af mjúku smjöri
- 16 únsur. tómatsósa
- 4 únsur. pestósósa eða 12-16 fersk basilíkublöð, blandað saman við 1/4 bolla ólífuolíu
- 2 greinar af ferskri myntu (um 12-16 blöð), saxaðar
- 8-2 únsur. frosnar kjötbollur (soðnar), sneiddar

LEIÐBEININGAR ;

a) Leggið út brauðsneiðarnar. Smyrjið smjörinu á aðra hliðina á hverri og stráið 1 msk parmesanosti á hliðar smjörsins.

b) Snúið við og dreifið tómatsósunni og þykku lagi af ricotta osti á ósmjöru hliðarnar. Dreifið pestóinu yfir ostinn, fylgt eftir með saxaðri myntu og afganginum af parmesan. Leggið síðan kjötbollusneiðarnar út og toppið með mozzarella.

c) Lokaðu samlokunni og færðu yfir á forhitaða pönnu sem ekki festist. Eldið í um 90 sekúndur, þrýstið niður með spaða. Snúið við og endurtakið þar til osturinn er bráðinn og gullinbrúnn. Takið út, skerið og berið fram.

47. Spínatpestó og grillaður avókadóostur

HRÁEFNI :

- 16 únsur. Mozzarella, sneið
- 15 únsur. Ricotta
- 1 msk parmesan, rifinn
- 2 matskeiðar fersk basilíka, smátt skorin
- 8 sneiðar af marmararúgbrauði
- 2 skeiðar af mjúku smjöri
- 1-8 únsur. pakka frosnu spínati, þíða og tæma
- 2 avókadó (þroskuð), afhýdd og skorin í sneiðar

LEIÐBEININGAR ;

a) Blandið saman ricotta, pestó og parmesanosti í lítilli skál og blandið saman með gaffli þar til það er blandað saman. Brjótið saman til að gera ricottaið loftmeira. Skildu það til hliðar.
b) Leggið brauðsneiðarnar út og smyrjið smjöri á aðra hliðina á hverri sneið.
c) Dreifið 1-2 matskeiðum af ricotta blöndu á ósmurða hlið af 4 sneiðum.
d) Brjóttu spínatið í sundur og leggðu það á hliðina á ricotta, fylgt eftir með avókadó og mozzarella.
e) Lokaðu samlokunni og settu hana á forhitaða pönnu. Eldið í um 90 sekúndur, þrýstið niður með spaða. Snúið við og endurtakið þar til osturinn er bráðinn og gullinbrúnn. Takið út, skerið og berið fram.

48. Basil beikon grillaður ostur með jarðarberjum

HRÁEFNI :

- 12 únsur. Ferskur mozzarella, skorinn í sneiðar
- 8 sneiðar hvítt brauð, þykkar sneiðar
- 2 skeiðar af mjúku smjöri
- 8 fersk jarðarber (miðlungs til stór), þunnar sneiðar
- 12 fersk basilíkublöð, heil
- 8 sneiðar af prosciutto, þunnar sneiðar
- 2 únsur. balsamic gljáa

LEIÐBEININGAR ;

a) Setjið brauðsneiðar og smjör á annarri hliðinni á hvorri.

b) Á smjörlausu hliðinni skaltu setja ferskan mozzarella, jarðarber, basilíkublöð og beikon í lag. Dreifið balsamikgljáa yfir; setjið afganginn af brauðinu ofan á og setjið yfir á forhitaða pönnu sem ekki festist. Eldið í um það bil eina mínútu, þrýstið niður með spaða. Snúðu og endurtaktu þar til gullbrúnt.

c) Takið út, dreypið auka balsamikglassúr yfir ef vill, sneiðið í sneiðar og berið fram.

49. smjör og grillaður ostur

HRÁEFNI :

- 15 únsur. Ricotta
- 4 matskeiðar af möndlusmjöri
- 2 teskeiðar af hunangi
- 12 sneiðar pancetta (hægt að skipta um beikon)
- 8 sneiðar hvítt brauð, þykkar sneiðar
- 2 skeiðar af mjúku smjöri
- 8 matskeiðar af jarðarberjasultu eða hlaupi

LEIÐBEININGAR

a) Blandið saman möndlusmjöri, hunangi og ricotta í lítilli blöndunarskál. Skildu það til hliðar.

b) Eldið pancetta þar til hún er stökk.

c) Leggið brauðsneiðarnar út og smyrjið smjöri á aðra hliðina á hverri sneið. Snúið brauðinu við og smyrjið ricotta/möndlusmjörblöndunni á ósmjöru hliðina, síðan hlaupinu/sultunni og svo pancettu.

d) Lokaðu samlokunni og settu í forhitaðri pönnu við lágan til meðalhita.

e) Eldið í um það bil 90 sekúndur, þrýstið niður með spaða Snúið og endurtakið þar til gullbrúnt. Takið út, skerið og berið fram.

50. Grillaður ostur með buffalo kjúkling

HRÁEFNI :

- 16 únsur. Mozzarella, sneið
- 4-4 únsur. beinlausar kjúklingabringur, sneiddar 1/4 bolli jurtaolía 1/2 bolli heit sósa
- 1 stöngull sellerí, lítill
- 1 lítil gulrót
- 8 sneiðar af hvítu brauði
- 2 skeiðar af mjúku smjöri
- 1 bolli gráðostasósa

LEIÐBEININGAR

a) Setjið kjúklinginn á disk. Penslið báðar hliðar með olíu og setjið á forhitaða pönnu eða pönnu. Eldið að innri hitastigi 165 gráður F, um það bil. 3 mínútur á hvorri hlið. Takið af grillinu og setjið í heita sósu. Skildu það til hliðar.
b) Saxið selleríið í litla bita. Afhýðið gulrótina og rífið hana með því að nota rasp.
c) Takið 8 brauðsneiðar, smjörið aðra hliðina og smyrjið gráðosti á hina. Á gráðostahliðinni, leggið mozzarella, kjúkling, sellerí, gulrætur í lag og endið með meiri mozzarella.
d) Toppið með hinu brauðinu og setjið í non-stick pönnu við meðalhita. Eldið í um það bil eina mínútu, þrýstið niður með spaða.
e) Snúið við og endurtakið þar til osturinn er bráðinn og gullinbrúnn. Takið út, skerið og berið fram.

51. ostur grænmetispizza

HRÁEFNI :

- 16 únsur. Mozzarella, sneið
- 15 únsur. Ricotta
- 4 matskeiðar parmesan, skipt
- 1 lítið eggaldin
- 2 rauðar paprikur
- 1 kúrbít, stór
- 3/4 bolli ólífuolía, skipt
- 1 tsk ferskur hvítlaukur, saxaður
- 4 - 8 tommu pizzaskorpa, forsoðin
- 1 grein ferskt rósmarín, stilkað og smátt saxað

LEIÐBEININGAR

a) Forhitaðu ofninn í 375 gráður F.
b) Afhýðið eggaldinið og skerið í 1/4 tommu sneiðar. Skerið paprikuna og kúrbítinn í 1/4 tommu sneiðar. Setjið grænmetið á bakka og hjúpið létt með ólífuolíu. Bakið í ofni við 375 gráður í 15-20 mínútur þar til mjúkt.
c) Bætið ricotta, hvítlauk og helmingnum af parmesan saman við í skál og blandið saman með gaffli þar til það er blandað saman. Brjótið saman til að gera ricottaið loftmeira. Skildu það til hliðar.
d) Leggðu út áður bökuðu pizzuskorpuna og penslið létt með afganginum af ólífuolíu. Stráið söxuðu rósmaríninu yfir á aðra hliðina og afganginum af parmesan. Veltið yfir og dreifið ricottablöndunni yfir á ókryddaða hliðina. Skildu það til hliðar.
e) Þegar grænmetið er tilbúið skaltu setja samlokuna saman með því að setja eggaldin, kúrbít og papriku á helminginn af ricotta skorpunni og síðan mozzarella. Lokið og setjið í forhitaðri pönnu eða nonstick pönnu yfir lágum til miðlungs hita. Gakktu úr skugga um að pannan sé stærri en skorpan.
f) Eldið í um 90 sekúndur, þrýstið niður með spaða. Snúið við og endurtakið þar til osturinn er alveg bráðinn gullinbrúnn og ostur. Takið út, skerið og berið fram.

52. Cheddar og súrdeigs grillaður ostur

Afkasta 1 skammti

HRÁEFNI :

- 2 bitar af súrdeigsbrauði
- 1 ½ matskeið af ósaltuðu smjöri
- 1 ½ skeið af majónesi
- 3 sneiðar af cheddar osti

LEIÐBEININGAR

a) Smyrjið hvern brauðbita á skurðbretti á annarri hliðinni.
b) Snúið brauðinu við og smyrjið hvern brauðbita með majónesi.
c) Setjið ostinn á smurða hliðina á einni brauðsneið. Toppið það með seinni brauðbitanum, majónesi út.
d) Hitið non-stick pönnu yfir miðlungs lágan hita.
e) Setjið samlokuna á pönnuna með majóneshliðinni niður.
f) Eldið í 3-4 mínútur, þar til þær eru gullinbrúnar.
g) Notaðu spaða, snúðu samlokunni við og haltu áfram að elda þar til hún er gullinbrún, um 2-3 mínútur.

53. Grillað ostasamloka

Afrakstur 2

HRÁEFNI :

- 4 sneiðar af hvítu brauði
- 3 matskeiðar smjör, skipt
- 2 sneiðar af cheddar osti

LEIÐBEININGAR

a) Hitið pönnuna yfir meðalhita.
b) Smjörið aðra hliðina á brauðsneið. Setjið brauðsmjörið niður í botninn á pönnunni og bætið 1 ostsneið út í.
c) Smyrjið aðra brauðsneið á aðra hliðina og setjið smjörhliðina upp ofan á samlokuna.
d) Grillið þar til það er brúnt og snúið við; haltu áfram að grilla þar til osturinn er bráðinn.
e) Endurtaktu með 2 brauðsneiðunum sem eftir eru, smjörið og ostasneiðina.

54. Havarti samloka með spínati og fennel

ÞJÓNAR 4

HRÁEFNI :

- 8 þunnar sneiðar af hvítu brauði að ítölskum stíl
- 3-4 matskeiðar af hvítu trufflumauki eða öðru trufflu- eða truffluporcini
- 4 aura Taleggio ostur, skorinn í sneiðar
- 4 aura fontina ostur, sneið mjúkt smjör til að smyrja á brauð

LEIÐBEININGAR

a) Smyrjið létt 1 hlið af hverri brauðsneið með trufflumauki. Toppið 4 af sneiðunum með Taleggio og fontina, toppið síðan hverja með öðru truffludeigi.

b) Smyrjið létt utan á hverja samloku, hitið síðan panini pressu eða þunga pönnu yfir miðlungsháan hita.

c) Ristið samlokurnar, snúið einu sinni eða tvisvar þar til brauðið er stökkt og gullið og osturinn bráðinn.

d) Berið fram strax, ilmandi af jarðsveppum og úðandi bræddum osti, skorinn í fernt eða ljúffengar stangir.

55. Ristað Jack á rúg með sinnepi

ÞJÓNUSTA 4

HRÁEFNI :

- 2 skeiðar af grænu ólífu tapenade
- 3 matskeiðar milt Dijon sinnep
- 8 rúgbrauðssneiðar með fræjum
- 8-10 aura Jack ostur, eða annar mjúkur hvítur ostur (eins og Havarti eða Edam), sneið
- Ólífuolía til að þvo brauð

LEIÐBEININGAR

a) Blandið tapenadenum saman við sinnepið í lítilli skál.
b) Leggðu brauðið út og dreifðu 4 af sneiðunum á aðra hliðina með tapenade sinnepi eftir smekk. Toppið með osti og seinni brauðbitanum og þrýstið síðan vel á.
c) Penslið létt utan á hverja samloku með ólífuolíu, ristið síðan í samlokuvél, panini pressu eða þungri non-stick pönnu, þyngd til að þrýsta á samlokurnar þegar þær ristast.
d) Eldið við meðalháan hita þar til það er léttbrúnað að utan og osturinn bráðinn að innan.
e) Berið fram heitt og heitt, gullbrúnt.

56. Radicchio og Roquefort í Pain au Levain

ÞJÓNAR 4

HRÁEFNI :

- 6-8 aura af Roquefort osti
- 8 þunnar sneiðar af pain au levain eða súrdeigsbrauði
- 3 matskeiðar gróft saxaðar ristaðar pekanhnetur
- 4-8 stór radicchio lauf
- Ólífuolía til að pensla eða mjúkt smjör til að smyrja á brauð

LEIÐBEININGAR

a) Dreifið Roquefort ostinum jafnt á 8 brauðsneiðarnar.

b) Stráið 4 af pekan-ostsneiðunum yfir, setjið síðan sneið eða 2 af radicchio yfir hverja; notaðu nóg af blöðum til að sjá brúnirnar. Toppið hverja með annarri brauðsneið smurðri með osti og þrýstið saman til að loka. Penslið að utan með olíu eða smjöri.

c) Hitið þunga pönnu sem festist ekki við eða panini pressu yfir miðlungsháan hita. Setjið samlokurnar á pönnuna, vinnið í 2 lotum, allt eftir stærð pönnunnar. Aukið þyngdina eins og ráðlagt er og eldið, snúið einu sinni eða tvisvar þar til brauðið er stökkt og osturinn bráðinn.

d) Berið fram strax, skerið í tvennt eða fernt.

57. Bakaður ostur með hvítlauk á rúg

ÞJÓNAR 4

HRÁEFNI :

- 4 stórar, þykkar sneiðar af súrdeigsrúgbrauði
- 4 hvítlauksgeirar, helmingaðir
- 4-6 aura fetaostur, þunnt sneiddur eða mulinn
- 2 matskeiðar saxaður ferskur laukur eða grænn laukur
- Um það bil 6 aura þunnt sneið eða rifinn mjúkur hvítur ostur, eins og Jack, medium Asiago eða Chaume

LEIÐBEININGAR

a) Forhitið grillið.
b) Ristið brauðið létt á bökunarplötu undir grillinu. Nuddaðu báðar hliðar með hvítlauk. Saxið afganginn af hvítlauknum og setjið til hliðar í smá stund.
c) Setjið sneiðina ofan á hvítlauksnuddað ristað brauð, stráið restinni af hvítlauknum yfir, síðan graslaukinn og toppið með seinni ostinum.
d) Steikið þar til osturinn er bráðinn og brúnaður, brúnaður létt í blettum og brúnir ristuðu brauðanna eru stökkir og brúnir.
e) Berið fram strax, heitt og rennandi.

58. Breskur bráðinn ostur og súrum gúrkum

ÞJÓNAR 4

HRÁEFNI :

- 4 sneiðar af staðgóðu hvítu eða heilhveitibrauði
- Um 3 matskeiðar súrum gúrkum, gróft saxað
- 6-8 aura af harðþroskaðri Cheddar eða Cheshire enskum osti, skorinn í sneiðar

LEIÐBEININGAR

a) Forhitið grillið.

b) Settu brauðið á ofnplötu. Steikið létt undir grillkökunni, fjarlægðu síðan og dreifðu súrum gúrkum ríkulega á létt ristað brauð; toppið með osti og setjið undir grillið þar til osturinn er bráðinn.

59. Ferskur mozzarella, prosciutto og fíkjusulta

ÞJÓNAR 4

HRÁEFNI :

- 4 mjúkar franskar eða ítalskar rúllur (eða hálfbakaðar ef þær eru til)
- 10-12 aura ferskur mozzarella, þykkur sneið
- 8 aura beikon, þunnt sneið
- ¼-½ bolli fíkjusulta eða fíkjusulta, eftir smekk
- Mjúkt smjör til að smyrja á brauð

LEIÐBEININGAR

a) Skiljið hverja rúllu að og dreifið með mozzarella og beikoni. Smyrjið efstu sneiðarnar með fíkjusultu og lokaðu svo.
b) Smyrjið smá smjöri utan á hverja samloku.
c) Hitið þunga pönnu sem festist ekki við eða panini pressu yfir miðlungsháan hita. Setjið samlokurnar á pönnuna, vinnið í tveimur lotum eftir stærð pönnunnar. Ýttu á eða lokaðu grillinu og ristuðu brauðinu, snúðu einu sinni eða tvisvar þar til brauðið er stökkt og osturinn bráðinn. Þó að rúllurnar byrji sem kringlóttar eru þær áberandi flatari þegar þær eru pressaðar og auðvelt að snúa þeim, þó með varúð.

60. Sjaldgæft roastbeef með gráðosti

ÞJÓNAR 4

HRÁEFNI :

- 4 mjúkir súrdeigs- eða sætar rúllur
- 10-12 aura gráðostur, við stofuhita til að auðvelda útbreiðslu
- 8-10 aura sjaldgæft roastbeef, þunnt sneið
- Illgresi með laufum vatnakarsa
- Mjúkt smjör til að smyrja á brauð

LEIÐBEININGAR

a) Kljúfið hverja rúllu, dreifið síðan ríkulegu magni af gráðosti á hvora hlið. Leggið steikt kjötið í hverja rúllu, síðan karslaufin og innsiglið aftur, þrýstið vel til að loka.
b) Smyrjið smá smjöri utan á hverja samloku.
c) Hitið þunga pönnu, eða panini pressu, yfir meðalháan hita.
d) Setjið samlokurnar á pönnuna og vinnið í 2 lotum, allt eftir stærð pönnunnar.
e) Fjarlægðu þyngdina og eldaðu, snúðu einu sinni eða tvisvar þar til brauðið er stökkt og osturinn bráðinn.

61. Rauð Leicester með lauk

ÞJÓNAR 4

HRÁEFNI :

- 8 þunnar sneiðar af mjúku heilhveiti, spíruðu hveiti, fennel eða kjarnmiklu hvítu eins og kartöflubrauði
- ½ meðalstór laukur, afhýddur og mjög þunnt skorinn þversum
- 10-12 aura af mjúkum Cheddar osti
- Ólífuolía til að pensla eða mjúkt smjör til að smyrja á brauð
- Milt, kraftmikið, mjög áhugavert valið sinnep

LEIÐBEININGAR

a) Setjið brauðsneiðarnar. Toppið 4 brauðsneiðar með einu lagi af lauk, svo nægilega mikið af osti til að hylja brauðið og laukinn alveg. Toppið hverja af þeim brauðsneiðum sem eftir eru til að mynda samlokur og þrýstið vel saman.

b) Penslið samlokurnar að utan með ólífuolíu eða smyrjið með mjúku smjöri.

c) Hitið þunga steikarpönnu eða samlokupressu í miðlungs hátt, bætið síðan samlokunum út í og lækkið hitann í miðlungs. Settu lóð ofan á ef þú notar pönnu, lækkaðu hitann ef hún hótar að brenna. Athugaðu af og til; þegar þeir verða gullnir og brúnir á annarri hliðinni, snúið þeim við, vigtið og brúnið hina hliðina.

d) Berið fram strax, skorið í báta eða þríhyrninga, ásamt sinnepi til að dýfa í.

62. Havarti spínat og fennel á brauði

ÞJÓNAR 4

HRÁEFNI :

- 2 hvítlauksgeirar, saxaðir
- 2 matskeiðar extra virgin ólífuolía, skipt
- 1 bolli soðið spínat, saxað, tæmt og þerrað
- 8 sneiðar fjölkorna brauð eða 1 sneið af focaccia, um 12 x 15 tommur, sneið lárétt
- 8 aura Havarti fennel, sneið

LEIÐBEININGAR

a) Hitið hvítlaukinn í 1 msk ólífuolíu í þungri non-stick pönnu við miðlungs lágan hita, bætið síðan spínatinu út í og eldið saman í smá stund til að hitna í gegn.

b) Raðið ostinum ofan á 4 brauðsneiðar (eða á neðsta lagið af focaccia), toppið síðan með spínati og annað brauð (eða toppinn af focaccia).

c) Þrýstið saman til að loka, penslaðu síðan samlokurnar að utan með afganginum af ólífuolíu.

d) Ristaðu samlokurnar á pönnu, þyngdu þær, eða í panini pressu við meðalháan hita. Eldið þar til það er léttbrúnað og gullið á annarri hliðinni, snúið síðan við og brúnið hina hliðina. Þegar osturinn hefur bráðnað er samlokan tilbúin.

e) Berið fram strax, skerið á ská.

63. Opinn grillaður cheddar og dill súrum gúrkum

ÞJÓNAR 4

HRÁEFNI :

- 4 sneiðar af góðu hvítu brauði
- 6-8 aura af rifnum cheddarosti, þunnt sneið
- 1-2 sætar súrsaðar gúrkur eða kosher dill, þunnar sneiðar

LEIÐBEININGAR

a) Forhitið grillið.
b) Ristaðu brauðið létt undir grillinu og settu síðan smá ost, súrum gúrkum og fleiri osti yfir hverja sneið. Steikið þar til osturinn er bráðinn og brúnir brauðsins stökkir og stökkir.
c) Berið fram strax, skorið í fernt.

64. Harry's Bar Special

BEN 12; ÞJÓNAR 4

HRÁEFNI :

- 6 aura Gruyère, Emmentaler eða annar svissneskur ostur, gróft rifinn
- 2-3 aura af hægelduðum reyktri skinku
- Dásamlegur klút af þurru sinnepi
- Nokkrir hristingar af Worcestershire sósu
- 1 msk þeyttur rjómi eða sýrður rjómi, eða nóg til að halda öllu saman
- 8 mjög þunnar sneiðar af þéttu hvítu brauði, skorinn skorpu
- Ólífuolía til að pensla eða mjúkt smjör til að smyrja á brauð

LEIÐBEININGAR

a) Blandið ostinum saman við reykta beikonið, sinnepið og Worcestershire sósuna í meðalstórri skál. Blandið vel saman, blandið svo rjómanum út í, bætið nógu miklu við til að mynda þéttan massa og haldið saman.

b) Dreifið osta- og skinkublöndunni mjög þykkt á 4 brauðsneiðarnar og ofan á hinar 4 sneiðarnar. Þrýstið vel saman og skerið samlokurnar í 3 fingur.

c) Penslið samlokurnar að utan með ólífuolíu, steikið þær síðan við miðlungshita á þungri non-stick pönnu, þrýstið niður með spaðanum meðan þær eldast. Þegar þær eru orðnar léttbrúnar á fyrri hliðinni, snúið þeim við og brúnið hina hliðina.

d) Berið fram heitt, strax.

65. Casse Croûte með gráðosti og Gruyère

ÞJÓNAR 4

HRÁEFNI :

- 1 baguette, klofið eftir endilöngu og aðeins holað út
- 2-3 skeiðar af mjúku smjöri til að smyrja á brauð
- 1-2 matskeiðar af þurru hvítvíni
- 3-4 hvítlauksgeirar, saxaðir
- 8-10 aura af bragðbættum gráðosti
- 8-10 aura Gruyère
- Múskat mala

LEIÐBEININGAR

a) Forhitið grillið.
b) Penslið baguette helmingana létt að innan með smjöri og stráið svo smá hvítvíni yfir og smá hvítlauk. Setjið ostana í lag, endið með lagi af Gruyère og endið með múskatrist, afganginum af hvítlauknum og nokkrum dropum af víni til viðbótar.
c) Steikið samlokurnar þar til osturinn er bráðinn og brúnaður og brúnir brauðsins stökkir og ristaðir.
d) Skerið í nokkra sentímetra langa bita og berið fram strax.

66. Ferskur Trufflu Comte með svörtum kantarellum

ÞJÓNAR 4

HRÁEFNI :

- 1 únsa ferskir sveppir eða ½ únsa þurrkaðir svartir sveppir
- 6 matskeiðar af ósaltuðu smjöri
- ¼ bolli sveppa- eða grænmetissoð
- 2 matskeiðar svart truffluolía, eða eftir smekk

samlokur

- 1 baguette, þunnt sneið á ská
- Comté, sneið um það bil 1/8 tommu þykkt og skorið til að passa litlar baguette sneiðar
- 1-2 matskeiðar af extra virgin ólífuolíu til að pensla brauðið
- 1-2 hvítlauksgeirar, saxaðir
- 1-2 matskeiðar saxaður ferskur laukur eða flatblaða steinselja

LEIÐBEININGAR

a) Undirbúningur steiktu sveppanna: Ef þú notar ferska sveppi, þvoðu þá og þurrkaðu þá og saxaðu þá smátt. Ef notaðir eru þurrkaðir sveppir, hellið þá sveppakraftinum, sem er hitað að suðu, yfir sveppina til að endurvökva. Látið standa, þakið, í um 30 mínútur eða þar til það er mjúkt og teygjanlegt. Fjarlægðu úr vökvanum og kreistu þurrt, geymdu vökva til eldunar hér að neðan. Skerið endurvötnuðu sveppina niður og haldið áfram eins og ferskum.

b) Hitið smjör yfir miðlungs hita í þungri, nonstick pönnu; þegar þeir bráðna og verða brúnir, bætið þá við sveppunum og eldið í smá stund með heitu smjörinu. Hellið soðinu út í og eldið við meðalháan hita þar til soðið er nánast alveg gufað upp, 5 til 7 mínútur. Takið af hitanum og setjið í skál. Látið kólna í nokkrar mínútur, bætið svo truffluolíunni út í og blandið vel saman og þeytið kröftuglega.

c) Leggðu baguette sneiðarnar í lag; Dreifið helmingnum af þeim með trufflusveppablöndunni, setjið svo ostsneiðarnar og loks afganginn af baguette. Þrýstu vel saman; samlokurnar, sem eru litlar með tiltölulega þurra fyllingu, eiga það til að falla í sundur. Hins vegar, þegar samlokurnar eru brúnaðar bráðnar osturinn og heldur þeim saman.

d) Penslið létt utan á hverja samloku með ólífuolíu. Hitið þunga steikarpönnu yfir meðalhita, bætið síðan samlokunum út í, vinnið í lotum eftir þörfum. Bætið við þyngd og lækkið hitann í miðlungs eða miðlungs lágan. Ristið samlokurnar, snúið einu sinni eða tvisvar þar til brauðið er stökkt og gullið og osturinn bráðinn. Stráið smá hvítlauk og graslauk yfir og berið fram.

e) Með því að strá hvítlauknum rétt áður en hann er tekinn af pönnunni varðveitir það skarpa, sterka bragðið af hrálauknum, þannig að hver litla samloka bragðast eins og hvítlauksbrauði fylltur með osti og trufflum. Endurtaktu með samlokunum sem eftir eru, fjarlægðu afganginn af hvítlauknum af pönnunni svo hann brenni ekki í næstu umferð af samlokusteikingu.

67. Krydd geitaostabrauð

BEN 12; ÞJÓNAR 4

HRÁEFNI :

- 12 þunnar sneiðar af baguette
- Extra virgin ólífuolía
- 3-4 aura létt eldaður geitaostur
- Um ¼ tsk malað kúmen
- ½ tsk timjan
- ¼-½ tsk paprika
- Um 1/8 tsk malað kóríander
- 2 hvítlauksgeirar, saxaðir
- 1-2 matskeiðar af saxuðu fersku kóríander

LEIÐBEININGAR

a) Forhitið grillið.
b) Penslið baguette sneiðarnar með ólífuolíu, leggið í eitt lag á bökunarplötu og ristið létt undir grillpönnu á hvorri hlið.
c) Toppið ristuðu baguette-sneiðarnar með osti, stráið síðan kúmeni, timjani, papriku, kóríander og söxuðum hvítlauk yfir. Penslið með ólífuolíu og eldið þar til osturinn er örlítið bráðinn og brúnaður í blettum.
d) Stráið kóríander yfir og berið fram strax.

68. Roquefort samlokur og rauðrófusmarmelaði

BEN 8; ÞJÓNAR 4

ENGIFFERPUNCH MARMELADE

HRÁEFNI :

- 3 meðalstórar rófur (16 til 18 aura samtals), heilar og óafhýddar
- 1 laukur, skorinn í fjórða, auk ½ laukur, skorinn í teninga
- ½ bolli rauðvín
- Um ¼ bolli rauðvínsedik
- Um 2 skeiðar af sykri
- 2 msk niðurskornar rúsínur eða þurrkaðar fíkjur
- Um það bil ½ tsk hakkað ferskt skrælt engifer
- Klípa af fimm krydddufti, negul eða kryddjurtum

samlokur

- 16 ská sneiðar mjög þunnar sneiðar, gamaldags baguette, eða þunnt sneiðar, gamaldags ciabatta
- 6 aura Roquefort ostur
- Um það bil 1 matskeið af ólífuolíu til að pensla brauðið
- Um það bil 2 bollar (3 únsur) vatnskarsi

LEIÐBEININGAR

a) Forhitið ofninn í 375°F.

b) **Til að búa til rófusmarmelaði:** Setjið rófurnar, fjórða laukinn og rauðvínið í eldfast mót sem er nógu stórt til að það passi með nokkra tommu bil á milli þeirra. Hyljið pönnuna með álpappír og bakið svo í klukkutíma eða þar til rauðrófan er orðin mjúk. Fjarlægðu, afhjúpaðu og láttu kólna.

c) kældu, renndu hýðinu af rófunum og skerðu síðan í ¼ til 1/8 tommu bita . Saxið soðna laukinn gróft og blandið rauðrófum og matreiðslusafa af pönnunni í pott ásamt saxuðum lauk, ediki, sykri, rúsínum, engifer og nokkrum matskeiðum af vatni.

d) Látið suðuna koma upp og eldið við meðalháan hita þar til laukurinn hefur mýkst og megnið af vökvanum gufað upp. Ekki láta það brenna. Takið af hitanum og stillið krydd með meiri sykri og ediki. Taktu það mjög varlega - bara klípa - með fimm krydddufti. Skildu það til hliðar. Gerir um 2 bolla.

e) **Til að gera samlokurnar:** Leggðu út 8 sneiðar af baguette og dreifðu hverri þykkt með Roquefort osti. Toppið hverja af þeim baguette sneiðum sem eftir eru og þrýstið vel saman til að halda. Penslið hvora hlið á litlu samlokunum með litlu magni af ólífuolíu.
f) Hitið þunga non-stick pönnu yfir meðalhita og setjið samlokurnar í hana. Lækkið hitann í miðlungs lágan eða miðlungs. Eldið samlokurnar þar til þær eru stökkar á fyrstu hliðinni, þrýstið létt saman með spaða, snúið svo við og brúnið hina hliðina létt.
g) Berið litlu samlokurnar fram ferskar heitar á disk, skreyttar með einni eða tveimur greinum af karsa og rausnarlegri skeið af rauðrófusmarmelaði.

69. Bocadillo frá eyjunni Ibiza

ÞJÓNAR 4

TÚNFISKUR OG RAUÐUR PIPARÓÐUR

HRÁEFNI :

- 6 aura hvítholdið túnfiskbitar, pakkaðir í ólífuolíu, tæmdir
- 1 rauð paprika, ristuð, afhýdd og skorin (úr krukku er fínt)
- ½ laukur, smátt saxaður
- 4-6 skeiðar af majónesi
- 1 matskeið extra virgin ólífuolía
- 1-2 tsk af papriku
- Nokkrir dropar af ferskri sítrónu
- VÖKI
- Salt
- Svartur pipar

samlokur

- 8 sneiðar af sólþurrkuðu tómatbrauði
- 8 aura gamall Gouda, Jack eða hvítur Cheddar ostur
- Ólífuolía til að þvo brauð

LEIÐBEININGAR

a) Til að búa til túnfiskblönduna: Brjótið túnfiskinn í sundur með gaffli í meðalstórri skál, blandið síðan með rauðum pipar, lauk, majónesi, extra virgin ólífuolíu, papriku, sítrónusafa, salti og pipar. Stilltu magnið af majónesi til að ná fallegri þykkri samkvæmni.

b) Til að gera samlokurnar: Raðið 4 brauðsneiðum og toppið hverja með fjórðungi af osti. Toppið með túnfiskblöndunni, síðan með brauðinu sem eftir er.

c) Penslið samlokurnar létt að utan með ólífuolíu. Hitið þunga pönnu sem festist ekki við meðalhita og bætið samlokunum út í.

d) Þyngdu þau niður með botni þungrar pönnu , ekki til að mylja þau, heldur til að halda þeim uppi og halda þeim flötum þar til osturinn bráðnar. Lækkið hitann í miðlungs og eldið á fyrstu hliðinni þar til brauðið er stökkt og gullið, snúið síðan við og endurtakið.

e) Lyftu vigtunarpönnunni öðru hverju til að athuga ástandið með ostinn.
f) Þegar það er bráðið - og þú sérð því að smá mun leka - og brauðið er gullið og stökkt skaltu taka það af pönnunni. Ef brauðið er of dökkt áður en osturinn bráðnar skaltu minnka hitann.
g) Berið fram strax, heitt og kælt.

70. Grilluð klúbbsamloka

ÞJÓNAR 4

HRÁEFNI :

- 3 skeiðar af majónesi
- 1 msk kapers, tæmd
- 8 þykkar beikonsneiðar
- 8 þunnar sneiðar af pain au levain, skornar úr helmingi af stóru brauði (um 10 tommur á lengd, 5 tommur á breidd)
- 8 aura Beaufort, Comté eða Emmentaler ostur, skorinn í sneiðar
- 2 þroskaðir tómatar, skornir í sneiðar
- 2 beinlausar kjúklingabringur eldaðar, bakaðar eða grillaðar, skornar í sneiðar
- Ólífuolía til að þvo brauð
- Um 2 bollar rucola lauf
- Um 12 fersk basilíkublöð

LEIÐBEININGAR

a) Blandið majónesi saman við kapers í lítilli skál. Skildu það til hliðar.

b) Eldið beikonið á þungri pönnu þar til það er stökkt og brúnt á báðum hliðum. Takið af pönnunni og látið renna af á ísogandi pappírshandklæði.

c) Settu 4 brauðstykki á vinnuborð og settu lag af osti ofan á hvern, svo lag af tómötum, skinku og að lokum kjúklinginn.

d) Dreifið kapermajónesi ríkulega yfir þær 4 brauðsneiðar sem eftir eru og toppið hverja samloku. Ýttu á til að loka þétt.

e) Húðaðu létt að utan með ólífuolíu.

f) Hitið þunga pönnu sem festist ekki við eða panini pressu yfir miðlungsháan hita. Bætið samlokunum út í, vinnið í tveimur lotum ef þarf. Þyngdu samlokurnar létt , minnkið hitann í miðlungs og eldið þar til botninn á brauðinu er brúnaður í blettum og osturinn er nokkuð bráðinn.

g) Snúðu þér varlega og notaðu hendurnar til að hjálpa til við að koma samlokunum á öxlina á jafnvægi ef þær hóta að falla í sundur. Brúnið á annarri hliðinni, engin þyngd, en þrýstið samlokunum aðeins niður til að þétta þær og halda þeim saman.

h) Takið af pönnunni, opnið toppana á öllum 4 samlokunum og fyllið með handfylli af rucola og nokkrum basilíkulaufum og innsiglið þær síðan allar.
i) Skerið í tvennt og berið fram strax.

71. Welsh Rarebit með steiktum eggjum

ÞJÓNAR 4

HRÁEFNI :

- 4 stór egg
- Nokkrir dropar af hvítvínsediki
- 4 sneiðar heilhveiti eða súrdeigsbrauð, eða 2 helmingar enskar muffins
- Um það bil 2 matskeiðar af mjúku smjöri
- 12 aura skarpur Cheddar eða Cheshire ostur, gróft rifinn
- 1-2 grænir laukar, þunnar sneiðar
- 1-2 tsk öl eða lager (valfrjálst)
- ½ tsk heilkorns sinnep og/eða nokkrar klípur af þurru sinnepsdufti
- Nokkrir rausnarlegir hristingar af Worcestershire sósu
- Nokkrir rauðir piparhristingar

LEIÐBEININGAR

a) Steikið eggin: Brjótið hvert egg og setjið í bolla eða ramekin. Látið suðu koma upp á djúpa pönnu fyllta af vatni; lækkið hitann og látið suðuna koma upp. Ekki salta vatnið heldur bæta við nokkrum hristingum af ediki. Setjið hvert egg í sjóðandi vatnið.
b) Steikið eggin þar til hvítan er stinn og eggjarauðan enn rennandi, 2 til 3 mínútur. Fjarlægðu það með sleif og settu það á disk til að tæma umfram vatn.
c) Forhitið grillið.
d) Ristið brauðið létt undir grillinu og penslið létt með smjöri.
e) Settu brauðið á ofnplötu. Toppið hvern skammt með 1 af harðsoðnu eggjunum.
f) Blandið saman Cheddar, grænum lauk, öli, sinnepi, Worcestershire sósu og rauðum pipar í meðalstórri skál. Hellið ostablöndunni jafnt yfir soðnu eggin, passið að brjóta ekki eggjarauðurnar.
g) Steikið ristað brauð með osti og eggi þar til osturinn bráðnar í sósulíka blöndu og brúnir ostsins og ristuðu brauðsins eru stökkir og brúnaðir. Berið fram strax.

72. Heit muffaletta

ÞJÓNAR 4

HRÁEFNI :

- 4 mjúkar franskar rúllur
- Extra virgin ólífuolía
- Nokkrir hristingar hér og þar af rauðvínsediki
- 4-6 hvítlauksgeirar, saxaðir
- 3-4 tsk af kapers, tæmd
- 2-3 stórar klípur af þurrkuðu oregano, mulið
- ½ bolli ristuð eða niðurskorin rauð paprika
- 4 mildar súrsaðar paprikur, svo sem grískar eða ítalskar, í sneiðar
- ½ rauður eða annar mjúkur laukur, mjög þunnt skorinn
- ½ bolli grænar ólífur fylltar með pimiento, sneiðar
- 1 stór tómatur, skorinn í þunnar sneiðar
- 4 aura þurr pylsa, þunnt sneið
- 4 aura beikon, reyktur kalkúnn
- 8 aura þunnt sneiddur provolone ostur

LEIÐBEININGAR

a) Opnaðu rúllurnar og ausaðu úr þeim dúnkennda innviði þeirra. Dreypið hverri skurðhlið með ólífuolíu og ediki, síðan með hvítlauk, kapers og oregano. Á annarri hliðinni á hverri rúllu er rauð paprika, súrsuðu paprika, laukur, ólífur, tómatar, salami, skinka og að lokum ostur settur á. Lokaðu vel og þrýstu vel saman til að hjálpa til við að þétta.
b) Hitið þunga pönnu yfir miðlungsháan hita og hjúpið létt utan á hverri rúllu með ólífuolíu. Settu samlokurnar á pönnuna og þyngdu þær , eða settu þær í panini pressu.
c) Eldið þar til gullinbrúnt er á annarri hliðinni, snúið síðan við og brúnið hina hliðina. Samlokurnar eru tilbúnar þegar þær eru orðnar gylltar og osturinn hefur runnið aðeins út, hrært í af og til. Skerið í tvennt og borðið strax.

73. Kúbu samloka

ÞJÓNAR 4

HRÁEFNI :

Mojo sósa

- 2 matskeiðar af extra virgin ólífuolíu
- 8 hvítlauksgeirar, þunnar sneiðar
- 1 bolli ferskur appelsínusafi og/eða greipaldinsafi
- ½ bolli ferskur sítrónusafi og/eða sítrónusafi
- ½ tsk salt malað kúmen
- Svartur pipar

samlokur

- 1 mjúkt baguette eða 4 langar mjúkar franskar rúllur, klofnar
- Mjúkt smjör eða ólífuolía til að pensla brauðið
- 6 aura þunnt sneið soðin eða hunangsristuð skinka
- 1 soðin kjúklingabringa, um 6 aura, þunnt sneið
- 8 aura af bragðbættum osti eins og Gouda, Manchego eða Edam, sneið
- 1 fennel, kosher fennel, eða sæt súrum gúrkum, þunnt sneið
- Um 4 blöð af smjöri eða Boston Bibb salati
- 2-3 meðalstórir tómatar, þroskaðir, skornir í sneiðar

LEIÐBEININGAR

a) Til að búa til Mojo sósuna: Hitið ólífuolíuna og hvítlaukinn varlega á lítilli þungri pönnu þar til hvítlaukurinn er létt gullinn en ekki brúnn, um það bil 30 sekúndur. Bætið sítrussafa, kúmeni, salti og pipar eftir smekk og takið af hitanum. Látið kólna, smakkið til og stillið eftir kryddi. Endist í allt að 3 daga í kæli. Gerir 1 ½ bolla.

b) Forhitið grillið.

c) Til að búa til samlokurnar: Skerið smá af dúnkenndu innviði hverrar rúllu. Fargaðu brauðinu sem var fjarlægt eða geymdu það til annarra nota. Penslið báðar hliðar rúllanna með litlu magni af mjúku smjöri eða ólífuolíu. Steikið létt undir grillinu á hvorri hlið og takið síðan af hitanum.

d) Dreypið smá af mojo-sósunni á afskornar hliðar brauðsins, toppið síðan með beikoni, kjúklingi, osti og súrum gúrkum.

Lokaðu vel og þrýstu saman til að hjálpa til við að loka, og penslið létt utan á samlokurnar með ólífuolíu.

e) Hitið þunga pönnu eða panini pressu yfir miðlungsháan hita og brúnið samlokurnar. Þú vilt pressa samlokurnar eins flatar og hægt er. Eldið þar til það er léttbrúnað að utan og osturinn byrjar að bráðna. Steikið samlokurnar með spaðanum þegar þú snýrð þeim til að þrýsta þeim líka niður.

f) Þegar samlokurnar eru stökkar og ristaðar skaltu taka þær af pönnunni. Afhjúpaðu, bætið við salati og tómötum og berið fram strax, með auka mojo á hliðinni.

74. Parísar grillaður ostur

ÞJÓNAR 4

HRÁEFNI :

- 8 sneiðar af hvítu eða frönsku harðbrauði, af góðu bragði og gæðum
- 4 þunnar sneiðar af soðnu eða ristuðu beikoni eða kalkúnabeikoni
- 2 matskeiðar af mjúku ósaltuðu smjöri
- 4 aura Gruyère ostur

LEIÐBEININGAR

a) Forhitið grillið.

b) Settu 4 brauðsneiðar á bökunarplötu, settu síðan beikon yfir og brauðsneiðarnar sem eftir eru til að búa til samlokur. Penslið utan á hverja samloku, setjið síðan undir grillið þar til það er létt gullið, snúið við og brúnt á hinni hliðinni.

c) Stráið ostinum yfir allt efst á annarri hliðinni á samlokunum, setjið svo aftur í kálið í nokkur augnablik eða þar til osturinn er bráðinn og bólar aðeins hér og þar. Borðaðu strax með grænu salati sett við hliðina.

75. Bocadillo frá eyjunni Ibiza

ÞJÓNAR 4

HRÁEFNI :

- 4 stórar mjúkar rúllur í frönskum eða ítölskum stíl
- 6-8 hvítlauksgeirar, helmingaðir
- 4-6 matskeiðar af extra virgin ólífuolíu
- 1 matskeið af tómatmauki
- 2-3 stórir þroskaðir tómatar, þunnar sneiðar
- Ríkulegt strá af þurrkuðu oregano
- 8 þunnar sneiðar af spænskum jamon eða álíka skinku eins og prosciutto
- Um það bil 10 aura af mjúkum, bráðnum en bragðmiklum osti, svo sem manchego, Idiazábal, Mahon eða Kaliforníuost eins og Ig Vella's semi secco eða Jack
- Miðjarðarhafs blandaðar ólífur

LEIÐBEININGAR

a) Forhitið grillið.
b) Skerið rúllurnar niður og brúnið létt á hvorri hlið undir grillinu.
c) Nuddaðu hvítlauknum á afskornu hlið hvers brauðs.
d) Penslið hvítlauksbrauðið með ólífuolíu og penslið að utan með aðeins meiri olíu. Smyrjið létt með tómatmaukinu, leggið síðan niðursneidda tómatana og safa þeirra á rúllurnar, þrýstið tómatmaukinu og tómötunum saman þannig að safinn gleypist í brauðið.
e) Stráið muldu oregano yfir og toppið síðan skinkuna og ostinn. Lokið og þrýstið vel saman og penslið síðan létt með ólífuolíu.
f) Hitið þunga pönnu eða panini pressu yfir miðlungsháan hita og bætið síðan samlokunum við. Ef þú notar pönnu skaltu vega samlokurnar niður .
g) Lækkið hitann í miðlungs-lágan og eldið þar til hann er léttbrúnn að utan og osturinn byrjar að bráðna. Snúið við og steikið á annarri hliðinni.
h) Skerið í tvennt og berið fram strax, með handfylli af blönduðum ólífum.

76. TÓMATAR og Mahon ostur á ólífubrauði

GERA 4

HRÁEFNI :

- 10-12 fersk, lítil salvíublöð
- 3 matskeiðar af ósaltuðu smjöri
- 1 matskeið extra virgin ólífuolía
- 8 sneiðar af sveitabrauði
- 4 aura beikon, þunnt sneið
- 10-12 aura af bragðbættum fjallaosti eins og fontina, þroskaður Beaufort eða Emmentaler
- 2 hvítlauksgeirar, saxaðir

LEIÐBEININGAR

a) Hrærið salvíublöðin, smjörið og ólífuolíuna saman í þungri nonstick pönnu á miðlungs lágum hita þar til smjörið bráðnar og loftbólur.

b) Smyrjið á meðan 4 brauðsneiðar, setjið skinkuna ofan á, síðan fontina og svo skvettu af hvítlauk. Setjið afganginn af brauðinu ofan á og þrýstið vel.

c) Settu samlokurnar varlega í heita salvíu-smjörblönduna; þú gætir þurft að gera þær í nokkrum lotum eða nota 2 pönnur. Þyngd með þungri pönnu ofan á til að þrýsta samlokunum niður. Eldið þar til það er léttbrúnað að utan og osturinn byrjar að bráðna. Snúið við og steikið á annarri hliðinni.

d) Berið fram samlokur heitar og stökkar, skornar í tvennt á ská. Fleygðu salvíublöðunum eða rífðu þau ný og steikt.

77. Emmentaler og peru samloka

ÞJÓNAR 4

HRÁEFNI :

- 8 þunnar sneiðar af pain au levain, sýrðum rjóma eða sýrðum pumpernickel
- 4 aura Emmentaler ostur, þunnt sneið
- 1 þroskuð en þétt pera, óafhýdd og mjög þunnar sneiðar
- 4 aura Appenzell ostur, þunnt sneið
- Nokkrar klípur af kúmfræjum Mjúkt smjör eða ólífuolía til að pensla brauðið

LEIÐBEININGAR

a) Setjið 4 brauðsneiðar á vinnuborð, settu síðan lag af Emmentaler osti yfir, síðan peruna, síðan smá Appenzell ost og strá af kúmenfræi. Toppið hverja samloku með annarri brauðsneið og þrýstið vel saman til að loka.

b) Smyrjið smá smjöri utan á hverja samloku. Hitið þunga pönnu eða samlokupressu yfir miðlungsháan hita. Settu lóð á samlokurnar . Steikið, snúið einu sinni eða tvisvar þar til brauðið er stökkt og gullið og osturinn bráðinn.

c) Berið fram strax.

78. Grillað Pumpernickel og Gouda

ÞJÓNAR 4

HRÁEFNI :

Steinselju-estragon sinnep

- 3 matskeiðar heilkorns sinnep
- 3 matskeiðar milt Dijon sinnep
- 2 matskeiðar söxuð fersk flatblaða steinselja
- 1 matskeið saxað ferskt estragon
- 1 lítill hvítlauksgeiri, saxaður
- Nokkrir dropar af rauðvíns- eða hvítvínsediki, eftir smekk

samlokur

- 8 sneiðar af mjúku brauði með dökku graskeri
- 8 aura gamall Gouda, manchego eða svipaður hnetukenndur ostur
- Mjúkt smjör eða ólífuolía til að pensla brauðið

LEIÐBEININGAR

a) Til að búa til steinselju-estragon sinnep: Blandið heilkornasinnepi og Dijon sinnepi saman í litla skál og hrærið steinselju, estragon og hvítlauk saman við. Bætið við nokkrum dropum af ediki eftir smekk og setjið til hliðar. Gerir um 1/3 bolla .

b) Til að gera samlokurnar: Settu 4 brauðsneiðar á vinnuborð. Bætið við lagi af osti og bætið svo annarri brauðsneiðinni við. Þrýstið saman og smyrjið létt eða smyrjið að utan.

c) Hitið þunga pönnu eða panini pressu yfir miðlungsháan hita og bætið samlokunum við. Bætið við annarri pönnu og lækkið hitann niður í miðlungs lágan. Eldið þar til fyrri hliðin er stökk og gullin, snúið síðan við og eldið hina þar til osturinn bráðnar.

d) Berið fram strax, með steinselju-estragon sinnepi til hliðar, til að dýfa í ef vill.

79. Reykt Tyrkland, Taleggio og Gorgonzola

ÞJÓNAR 4

HRÁEFNI :

- 1 mjúkt, flatt, loftgott ítalskt brauð, eins og ciabatta, eða 4 mjúkar ítalskar/frönskar rúllur; ef þær fást hálfbakaðar, farðu þá í þessar
- 6 aura Gorgonzola ostur, þunnt skorinn eða gróft rifinn
- 8 aura reyktur kalkúnn, þunnt sneið
- 1 meðalstórt epli eða 2 lítil fersk en bragðgóð epli, kjarnhreinsuð, óafhýdd og mjög þunnar sneiðar
- 6 aura Taleggio, Teleme, Jack, eða tomme de montagne ostur, skorinn í 4 sneiðar (hvort sem þú skilur Taleggio börkinn á eða skera hann af er undir þér komið; börkurinn hefur örlítið sterkan bragð, sem sumum líkar, sumum eindregið ekki.)
- Ólífuolía til að þvo brauð

LEIÐBEININGAR

a) Skerið brauðið í 4 jafna bita. Skerið hvert brauðstykki lárétt, látið eina hliðina vera áfasta ef hægt er.

b) Opnaðu 4 brauðbitana. Á 1 hliðarlagi Gorgonzola, reyktur kalkúnn og sneið epli í jöfnu magni. Dreypið Taleggio yfir og lokaðu samlokunum, þrýstu þétt til að loka.

c) Penslið samlokurnar, efst og neðst, með ólífuolíu, hitið síðan þunga pönnu sem er ekki stafur yfir miðlungsháum hita. Setjið samlokurnar á heita pönnuna og lækkið hitann strax í mjög lágan. Þyngdu toppinn eða notaðu samlokupressu eða paninipressu.

d) Eldið þar til það er gullbrúnt og ristað, snúið síðan við og brúnið hinar hliðarnar létt. Athugaðu af og til til að tryggja að brauðið brenni ekki.

e) Berið fram um leið og báðar hliðar eru orðnar stökkar og osturinn bráðnaður.

80. Jarlsberg bráðnaði í súrdeig

ÞJÓNAR 4

HRÁEFNI :

- 8 sneiðar af meðalþykkt súrdeigsbrauð
- 8 aura af Jarlsberg eða mjúkum unnum osti eins og Jack
- 2 ristaðar rauðar paprikur, sneiddar eða 3 til 4 matskeiðar saxaðar ristaðar rauðar paprikur
- 2 hvítlauksgeirar, þunnar sneiðar
- 2 tsk söxuð fersk rósmarínblöð, eða eftir smekk
- Ólífuolía til að þvo brauð

LEIÐBEININGAR

a) Setjið 4 brauðsneiðar á vinnuborð og smyrjið með osti, bætið svo við rauðri papriku, hvítlauk og rósmaríni. Toppið með brauðsneiðunum sem eftir eru og þrýstið varlega saman. Penslið utan á hverja samloku með smá olíu.

b) Hitið þunga pönnu eða samlokupressu yfir miðlungsháan hita og bætið samlokunum við, vinnið í lotum ef þarf. Lækkið hitann í miðlungs lágan, ristið samlokurnar hægt og rólega (ýtið niður með spaða til að hjálpa til við að brúnast), þar til þær eru léttbrúnar að utan og osturinn byrjar að bráðna. Snúðu og endurtaktu á hinni hliðinni.

c) Berið fram hverja samloku sem skera í tvennt eða fernt.

81. Chicken Torta, Queso Fresco og Gouda

ÞJÓNAR 4

HRÁEFNI :

- 2 salvíu/jurtapylsur (um 14 aura), eða svínakjöt, kalkún eða grænmetisæta
- 6 aura rifinn Jack eða miðlungs Asiago ostur
- 1-2 matskeiðar (um 2 aura) nýrifinn ostur eins og parmesan, locatelli Romano eða þurr Jack
- 2 grænir laukar, þunnar sneiðar
- 2-3 tsk sýrður rjómi Klípa kúmenfræ Klípa túrmerik Smá brúnt sinnep
- Smá rauð paprika eða nokkrir dropar af heitri piparsósu
- 8 þunnar sneiðar af heilkornabrauði (svo sem hveitiber, sólblómafræ eða spírað hveiti)
- 2-3 matskeiðar extra virgin ólífuolía
- 3 hvítlauksgeirar, þunnar sneiðar
- 1-2 sítrónur að marokkóskum stíl, skolaðar vel og skornar í sneiðar
- 1-2 tsk smátt söxuð fersk flatblaða steinselja

LEIÐBEININGAR

a) Saxið pylsurnar gróft og steikið þær svo hratt við meðalhita á lítilli non-stick pönnu. Takið af pönnunni, setjið á pappírshandklæði og látið kólna. Skildu pönnuna eftir á hellunni og slökktu á hitanum.

b) Í meðalstórri skál skaltu blanda saman ostunum 2 með grænlauknum, súrsósu, kúmenfræjum, túrmerik, sinnepi og cayenne pipar. Þegar pylsan hefur kólnað er ostinum blandað saman við.

c) Settu 4 brauðsneiðar ofan á með osta- og pylsublöndunni og settu síðan aðra brauðsneið yfir. Beygðu vel og þrýstu létt en þétt svo samlokan haldist saman.

d) Hitið pönnuna aftur að meðalháum hita og bætið um helmingnum af ólífuolíunni og hvítlauknum út í, ýtið hvítlauknum síðan til hliðar og bætið við 1 eða 2 samlokum, hversu mikið sem pönnan heldur . Eldið þar til léttbrúnt á annarri hliðinni og osturinn byrjar að bráðna.

e) Snúið við og eldið seinni hliðina þar til hún er gullinbrún. Takið á disk og endurtakið með hinum samlokunum, hvítlauknum og olíunni. Þú getur annað hvort hent léttsteiktum hvítlauk eða bitið í hann; hvað sem þú gerir skaltu taka það af pönnunni áður en það verður svart því það gefur olíunni beiskt bragð ef hún brennur.
f) Berið samlokurnar fram strax, heitar, skornar í þríhyrninga og stráið sítrónusósu og saxaðri steinselju yfir.

82. Eggaldin Parmigiana Panini

ÞJÓNAR 4

HRÁEFNI :

- ¼ bolli extra virgin ólífuolía, eða eins og þú vilt, skipt
- 1 meðalstórt eggaldin, sneið ½ til ¾ tommu þykkt
- Salt
- 4 stórar mjúkar, súrdeigs- eða sætar rúllur
- 3 hvítlauksgeirar, saxaðir
- 8 stór fersk basilíkublöð
- Um ½ bolli ricotta ostur
- 3 matskeiðar nýrifinn parmesan, pecorino eða locatelli Romano ostur
- 6-8 aura af ferskum mozzarellaosti
- 4 safaríkir þroskaðir tómatar, þunnar sneiðar (þar á meðal safi þeirra)

LEIÐBEININGAR

a) Setjið eggaldinsneiðarnar á skurðbretti og stráið salti yfir ríkulega. Látið standa í um 20 mínútur eða þar til rakadropar birtast á yfirborði eggaldinsins. Skolaðu vel og klappaðu síðan eggaldininu þurrt.

b) Hitið 1 matskeið af olíu í þungri, nonstick pönnu yfir miðlungshita. Bættu við eins mörgum eggaldinum og passa í einu lagi og ekki þröngva hvert öðru. Steikið eggaldinsneiðarnar, hreyfðu þær svo þær brúnist og eldist en brenni ekki.

c) Snúið við og eldið á hinni hliðinni þar til sú hlið er líka ljósbrúnt og eggaldinið mjúkt þegar það er stungið í það með gaffli. Þegar eggaldinið er soðið skaltu taka það á disk eða pönnu og halda áfram að bæta eggaldininu út í þar til allt er soðið. Setjið til hliðar í nokkrar mínútur.

d) Opnaðu rúllurnar og dragðu smá af dúnkenndu innra hlutanum út og stráðu síðan söxuðum hvítlauk á hverja afskorna hlið. Á annarri hliðinni á hverri rúllu, setjið sneið eða 2 af eggaldin, settu síðan blað eða 2 af basilíku yfir, smá ricotta ost, parmesan stráð og lag af mozzarella . Ljúktu með sneiðum tómötum; lokaðu og þrýstu varlega til að loka saman.

e) Hitið sömu pönnu við meðalháan hita eða notið panini pressu og penslið samlokurnar að utan með smá ólífuolíu. Grillið eða grillið samlokurnar, þrýstið þeim þar til þær eru steiktar og ferskar.
f) Þegar fyrri hliðin er brún, snúið við og brúnið hina þar til osturinn bráðnar. Berið fram strax.

83. Grillað eggaldin og Chaumes

ÞJÓNAR 4

HRÁEFNI :

RAUTT CHILI AIOLI

- 2-3 hvítlauksrif, söxuð
- 4-6 matskeiðar majónes Safi úr ½ sítrónu eða lime (um 1 matskeið eða eftir smekk)
- 2-3 tsk af chilidufti 1 tsk af papriku
- ½ tsk malað kúmen Klípa þurrkuð oregano lauf, mulin
- 2 matskeiðar af extra virgin ólífuolíu
- Sumir reyktir chili sósuhristingar eins og Chipotle Tabasco eða Buffala
- 2 matskeiðar gróft saxað ferskt kóríander
- 1 eggaldin, skorið þversum í ¼- til ½ tommu þykkar sneiðar ólífuolíu
- 4 mjúkar hvítar eða súrdeigsrúllur, eða 8 sneiðar af hvítu eða súrdeigsbrauði í sveitastíl
- ¾ bolli ristuð marineruð rauð og/eða gul paprika
- Um það bil 12 aura af hálfmjúkum en bragðmiklum osti

LEIÐBEININGAR

a) Til að gera Red Chili Aioli: Blandaðu hvítlauknum saman við majónesi, sítrónusafa, chilidufti, papriku, kúmen og oregano í lítilli skál; hrærið vel til að blanda saman. Með skeiðinni þinni eða þeytara skaltu þeyta ólífuolíunni út í, bæta við nokkrum teskeiðum af olíu og þeyta þar til það hefur blandast inn áður en restinni er bætt út í.

b) Þegar það er kólnað, blandið með rjúkandi chilisósunni eftir smekk og hrærið loks kóríander út í. Lokið og geymið í kæli þar til það er tilbúið til notkunar. Gerir um 1/3 bolla .

c) Til að undirbúa eggaldinið, penslið eggaldinsneiðarnar með ólífuolíu og hitið þunga, nonstick pönnu yfir meðalháum hita. Steikið eggaldinsneiðarnar á hvorri hlið þar til þær eru ljósbrúnar og mjúkar þegar þær eru stungnar með gaffli. Skildu það til hliðar.

d) Til að gera samlokurnar: Leggið rúllurnar mjúkar opnar og smyrjið þeim með rauðum chili ríkulega að innan. Leggið eggaldinsneiðarnar á aðra hliðina á snúðunum, síðan paprikuna og svo lag af osti. Lokaðu og þrýstu vel saman. Penslið létt utan á hverja samloku með ólífuolíu.

e) Hitið pönnuna aftur yfir meðalháum hita, bætið síðan samlokunum út í og lækkið hitann niður í miðlungs lágan. Vigtið samlokurnar og eldið í nokkrar mínútur. Þegar botnbrauðið er gullið og örlítið brúnt á stöðum, snúið því við og eldið hina hliðina, þyngd á svipaðan hátt.
f) **5** Þegar sú hlið er líka gyllt og stökk, verður að bræða ostinn og bræða hann; það getur verið að það leki aðeins og klórist eins og það gerist. (Ekki henda þessum gómsætu stökku bitum, settu þá bara á hvern disk ásamt samlokunni.)
g) Fjarlægðu samlokur á diska; skera í tvennt og bera fram.
h) Reykt beikon og cheddar með Chipotle ásælu
i) Reykkennt chipotle bragð, sleikja af bragðmiklu sinnepi, kjötmikið reykt beikon og beittur beittur cheddar - það er ekkert lúmskur við þessa bragðmiklu samloku. Prófaðu chipotle bragðið á hamborgara líka! Glas af cerveza með lime bát á hliðinni nálgast fullkomnun.

84. Sveppir og bræddur ostur í Pain au Levain

ÞJÓNAR 4

HRÁEFNI :

- 1-1½ únsur þurrkað svínarí eða cèpes,
- Um það bil ½ bolli þungur rjómi
- Salt
- Nokkur korn af cayenne pipar
- Nokkrir dropar af ferskum sítrónusafa
- ½ teskeið af maíssterkju, blandað saman við 1 teskeið af vatni
- 8 sneiðar pain au levain eða annað franskt brauð
- Um 1 matskeið af mjúku smjöri til að smyrja á brauð
- 2 hvítlauksgeirar, smátt saxaðir
- 8-10 aura af sneiðum pecorino, fontina eða Mezzo Secco osti
- 4 matskeiðar af nýrifum parmesanosti
- Um ¼ bolli fínt saxaður ferskur graslaukur

LEIÐBEININGAR

a) Í þungum potti, blandaðu saman sveppum og 2 bollum af vatni. Látið suðuna koma upp, lækkið hitann og látið malla þar til vökvinn hefur gufað upp og sveppir eru mjúkir, 10 til 15 mínútur.

b) Hrærið rjómanum út í og hitið aftur í nokkrar mínútur, kryddið síðan með salti, aðeins einu eða tveim af cayenne og aðeins einum dropa af sítrónusafa.

c) Hrærið maíssterkjublöndunni saman við og hitið við meðalhita þar til það er þykkt. Það ætti að þykkna þegar brúnirnar byrja að kúla. Vegna þess að frost getur verið mismunandi að þykkt, það er engin leið að vita nákvæmlega hversu mikið maíssterkju þú þarft.

d) Þegar það hefur þykknað nægilega vel, leyfið blöndunni að kólna niður í stofuhita. Það mun þykkna enn frekar þegar það kólnar. Þú vilt þykkt smurhæft samkvæmni.

e) Leggðu allt brauðið út og dreifðu 1 hlið af hverri sneið mjög létt með smjöri. Við snúum þeim öllum við og stráum svo hvítlauk á 4 þeirra. Toppið með pecorino sneiðum, nokkrum af sveppabitunum úr sósunni og stráð af parmesan.

f) Smyrjið sveppasósunni þykkt á hina 4 brauðbitana (smjörlausu hliðina). Lokaðu samlokunum vel. Smurðar hliðarnar verða að utan.

g) Hitið þunga pönnu sem ekki er stafur yfir miðlungs lágan hita. Bætið samlokunum út í, 1 eða 2 í einu, allt eftir stærð pönnunnar og vegið niður með þungri pönnu).

h) Bakið þar til brauðið er gullið og léttbrúnað á stöðum, stökkt og osturinn lekur. Snúið við og endurtakið þar til önnur hliðin er jafn gyllt og stökk og sú fyrri, bætið hakkaðri hvítlauknum út á pönnuna síðustu mínútu eldunar. Osturinn ætti að vera rennandi núna, með nokkrum rennandi bitum og léttbrúnaður á brúninni á skorpunni.

i) Setjið á disk, skerið í tvennt eða í fernt og stráið graslauk yfir diskinn. Borða strax. Það er ekkert kryddara en kalt grillað ostasamloka.

85. Sikileyskur ostur með kapers og ætiþistlum

ÞJÓNAR 4

HRÁEFNI :

- 4-6 marineruð þistilhjörtu, skorin í sneiðar
- 4 þykkar sneiðar af sveitabrauði, sætar eða súrar
- 12 aura provolone, mozzarella, manouri eða annar mjúkur, bráðinn ostur, rifinn
- 2 matskeiðar af extra virgin ólífuolíu
- 4 hvítlauksgeirar, mjög þunnar sneiðar eða söxaðir
- Um 2 matskeiðar af rauðvínsediki
- 1 msk kapers í saltlegi, tæmd
- 1 tsk mulið þurrkað oregano
- Nokkrar malar af svörtum pipar
- 1-2 tsk söxuð fersk flatblaða steinselja

LEIÐBEININGAR

a) Forhitið grillið.
b) Raðið ætiþistlunum á brauðið og setjið á bökunarplötu og smyrjið síðan með osti.
c) Hitið ólífuolíuna á miðlungsháum hita í þungri steikarlausri pönnu, bætið síðan hvítlauknum út í og steikið létt. Bætið rauðvínsediki, kapers, oregano og svörtum pipar út í og eldið í eina eða tvær mínútur, eða þar til vökvinn er minnkaður í um það bil 2 teskeiðar. Hrærið steinseljunni saman við. Skeið yfir osthúðaða brauðið.
d) Steikið þar til osturinn er bráðinn, freyðandi og gullinn í blettum. Borða strax.

86. Scaloppine og Pestó samloka

ÞJÓNAR 4

HRÁEFNI :

- Tvær 4 til 5 aura beinlausar, roðlausar kjúklingabringur eða stykki af svínakjöti, kalkúni eða nautakjöti
- Salt
- Svartur pipar
- 2 matskeiðar extra virgin ólífuolía, skipt
- 3 hvítlauksrif, söxuð, skipt
- 2 kúrbítar, mjög þunnar sneiðar og tæmdar
- 2 matskeiðar basil pestó, eða eftir smekk
- 2 matskeiðar rifinn parmesan, grana eða locatelli Romano ostur
- 4 mjúkar súrdeigsrúllur, eða fjórir 6 tommu focaccia stykki, helmingaðir
- 8-10 aura mozzarella, heimabakað eða danskt fontina, eða Jack ostur, sneið

LEIÐBEININGAR

a) Berið kjötið með kjöthamri; ef hann er þykkur, skerið þá kjúklinginn í mjög þunna bita. Stráið salti og pipar yfir.

b) Hitið þunga steikarpönnu yfir meðalhita og bætið svo 1 matskeið af olíu, kjötinu og að lokum um helmingnum af hvítlauknum út í. Steikið kjötið hratt á annarri hliðinni, síðan á hinni, takið síðan af pönnunni og hellið safanum og hvítlauknum yfir kjötið.

c) Settu pönnuna aftur á miðlungsháan hita og bætið við annarri teskeið af olíu. Steikið kúrbítinn þar til hann er mjúkur. Fjarlægðu í skál; kryddið með salti og pipar. Þegar það er kalt skaltu hræra afganginum af hvítlauknum, pestóinu og parmesanosti út í. Látið blönduna kólna í skál; skola og þurrka pönnuna.

d) Fjarlægðu með fingrunum smá af dúnkenndu innanverðu hverri rúllu til að rýma fyrir fyllingunni. Hitið aftur pönnuna yfir miðlungs hátt og brúnið niðurskornar hliðar hverrar rúllu létt. Þú þarft að ýta þeim aðeins niður; þau rifna kannski smá en það er allt í lagi. Þau koma aftur saman eftir að þau eru steikt og pressuð með fyllinguna á sínum stað.

e) Dreifðu nokkrum matskeiðum af ez ucchini-pestóblöndunni á helming hverrar rúllu, settu síðan lag af kjöti og mozzarella yfir. Lokaðu og þrýstu vel saman til að loka vel.
f) Penslið olíuna sem eftir er utan á samlokurnar. Hitið pönnuna aftur yfir meðalháum hita. Við setjum samlokur til að pressa og halda saman. Lækkið hitann í miðlungs-lágan og eldið þar til fyrri hliðin er stökk og gullin og osturinn byrjar að bráðna. Snúðu og endurtaktu.
g) Berið fram þegar samlokurnar eru orðnar gullnar og osturinn bráðinn freistandi.

87. Mozzarella, Basil Piadine

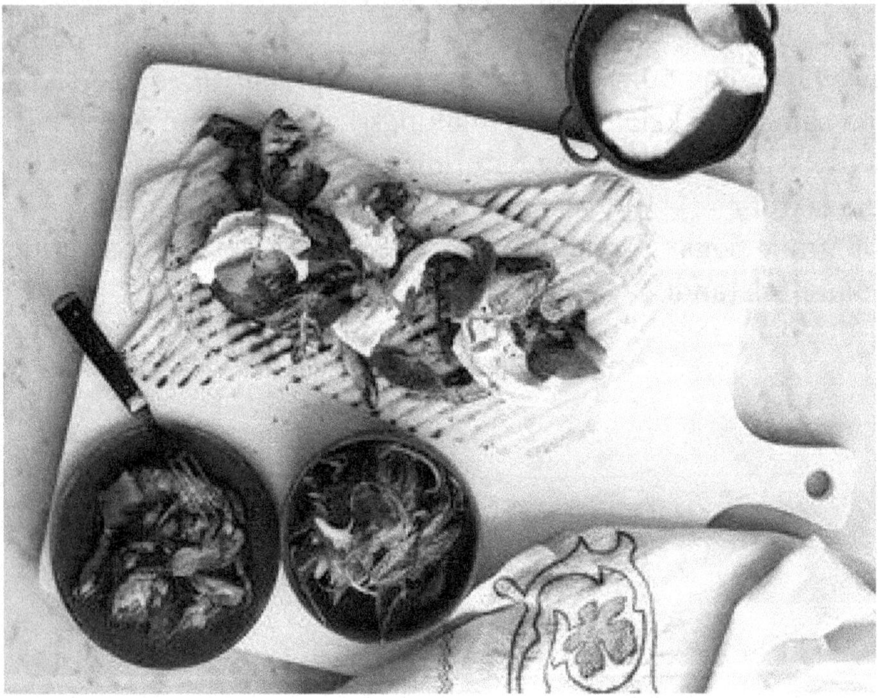

ÞJÓNAR 4

HRÁEFNI :

- 4 piadine eða miðlungs hveiti tortillur (12 tommur).
- 3-4 skeiðar af tómatmauki
- 1 stór þroskaður tómatur, þunnt skorinn
- 1-2 hvítlauksgeirar, saxaðir
- 4-6 aura ferskur mozzarellaostur, skorinn í sneiðar
- Um það bil 12 taílensk eða víetnömsk basilíkublöð (eða venjuleg basilíka)
- Um það bil 3 aura Gorgonzola ostur, sneiddur eða mulinn
- 2-3 matskeiðar nýrifinn parmesan eða annar rifinn ostur eins og Asiago eða grana
- Extra virgin ólífuolía til að drekka á

LEIÐBEININGAR

a) Forhitið grillið.

b) Leggið piadina á 1 eða 2 bökunarplötur og penslið með smá tómatmauki, leggið svo lítið magn af tómötum yfir og stráið hvítlauk yfir. Toppið með mozzarella, basil og gorgonzola, stráið parmesan yfir og dreypið síðan ólífuolíu yfir.

c) Steikið, vinnið í lotum ef þarf, þar til osturinn er bráðinn og samlokurnar eru heitar. Berið fram strax.

88. Quesadillas í Pumpkin Tortillas

ÞJÓNAR 4

HRÁEFNI :

- 2 stór mild græn chili eins og Anaheim eða poblano, eða 2 grænar paprikur
- 1 laukur, saxaður
- 2 hvítlauksgeirar, saxaðir
- 1 matskeið extra virgin ólífuolía
- 1 pund af magu nautakjöti
- 1/8 - ¼ tsk malaður kanill, eða eftir smekk
- ¼ tsk malað kúmen
- 1/3 bolli þurrt sherry, eða þurrt rauðvín
- ¼ bolli rúsínur
- 2 skeiðar af tómatmauki
- 2 skeiðar af sykri
- Nokkrir hristingar af rauðvíni eða sherryediki
- Salt
- Svartur pipar
- Einhver cayenne hristingur, eða tabasco ef þú notar papriku í staðinn fyrir chili
- ¼ bolli grófmalaðar möndlur
- 2-3 matskeiðar gróft saxað ferskt kóríander, auk auka til að skreyta
- 8 grasker tortillur
- 6-8 aura af mjúkum osti eins og Jack, Manchego eða Mezzo Secco
- Ólífuolía til að þrífa tortillur
- Um 2 matskeiðar sýrður rjómi til skrauts

LEIÐBEININGAR

a) Ristið chili eða papriku yfir opnum loga þar til þau eru létt og jafnt kulnuð í gegn. Sett í plastpoka eða skál og lokið. Setjið til hliðar í að minnsta kosti 30 mínútur, þar sem gufan hjálpar til við að skilja skinnið frá kjötinu.

b) Gerðu picadillo: Steikið laukinn og hvítlaukinn í ólífuolíu við meðalhita þar til það er mjúkt, bætið síðan nautakjötinu út í og eldið saman, hrærið og brjótið kjötið í sundur. Þegar kjötið er brúnað í blettum, stráið kanil, kúmeni og negul yfir og haldið áfram að elda og hræra.

c) Bætið við sherry, rúsínum, tómatmauki, sykri og ediki. Eldið saman í um það bil 15 mínútur, hrærið af og til; ef það virðist þurrt skaltu bæta við smá vatni eða meira sherry. Kryddið með salti, pipar og cayenne og stillið sykri og ediki eftir smekk. Bætið möndlunum og kóríander út í og setjið til hliðar.
d) Fjarlægðu hýði, stilka og fræ af paprikunni og skerðu paprikuna í strimla.
e) Settu 4 lag af tortillunum og toppaðu með picadillo. Bætið ristuðu piparstrimlunum út í, síðan lagi af osti og toppið hverja með annarri tortillu. Þrýstu þétt til að halda þeim saman.
f) Hitið þunga pönnu sem ekki er stafur yfir meðalháum hita. Penslið utan af quesadillaunum með ólífuolíu og bætið þeim á pönnuna, vinnið í lotum.
g) Lækkið hitann í miðlungs lágan, brúnið á annarri hliðinni, snúið síðan varlega við með því að nota spaða með handleiðsögn ef þörf krefur. Eldið á hinni hliðinni þar til það er gullið í blettum og osturinn er bráðinn.
h) Berið fram strax, skorið í bita, skreytt með klút af sýrðum rjóma og kóríander.

89. Grillaðar sauðaostar Quesadillas

ÞJÓNAR 4

HRÁEFNI :

- 8 stórar hveiti tortillur
- 1 matskeið saxað ferskt estragon
- 2 stórir þroskaðir tómatar, þunnar sneiðar
- 8-10 aura af örlítið þurrum geitaosti
- Ólífuolía, til að þrífa tortillurnar

LEIÐBEININGAR

a) Leggið tortillurnar á vinnuborð, stráið estragon yfir og setjið tómata yfir. Stráið osti yfir og hyljið hvern með annarri tortillu.

b) Penslið hverja samloku með ólífuolíu og hitið þunga pönnu eða pönnu sem festist ekki við við meðalhita. Vinnið 1 í einu, eldið quesadilla á annarri hliðinni; þegar hann er orðinn létt gullinbrúnn og osturinn bráðnaður, snúið honum við og eldið seinni hliðina, þrýstið niður þegar hann er soðinn til að fletjast út.

c) Berið fram strax, skorið í bita.

90. Jarðarberja- og rjómaostabrauð

ÞJÓNAR 4

HRÁEFNI :

- 8 meðalþykkar sneiðar af mjúku, sætu hvítu brauði, eins og challah eða croissant
- 8-12 matskeiðar (um 8 aura) rjómaostur (fitulítill er í lagi)
- Um það bil ½ bolli jarðaberjakonur
- 1 bolli (um 10 aura) sneið jarðarber
- 2 stór egg, létt þeytt
- 1 eggjarauða
- Um það bil ½ bolli mjólk (fitulítil er í lagi)
- Hrúta vanilluþykkni
- Sykur
- 2-4 matskeiðar af ósöltuðu smjöri
- ½ tsk ferskur sítrónusafi
- ½ bolli sýrður rjómi
- Nokkrir greinar af ferskri myntu, þunnar sneiðar

LEIÐBEININGAR

a) Smyrjið 4 brauðsneiðunum þykkt með rjómaosti, mjókkið aðeins niður á hliðunum svo að rjómaosturinn komi ekki út við eldun, dreifið svo hinum 4 brauðsneiðunum með soðnum.

b) Smyrjið léttu lagi af jarðarberjum ofan á rjómaostinn.

c) Toppið hvern brauðbita sem er smurður með osti ofan á brauðbita sem er smurður með niðursoðnum. Ýttu varlega en þétt til að loka.

d) Í grunnri skál, þeytið saman egg, eggjarauða, mjólk, vanilluþykkni og um það bil 1 matskeið af sykri.

e) Hitið þunga pönnu sem ekki er stafur yfir meðalháum hita. Bætið smjörinu út í. Dýfðu hverri samloku, einni í einu, í skálina með mjólk og eggi. Látið liggja í bleyti í augnablik eða 2, snúið svo við og endurtakið.

f) Setjið samlokurnar á heita pönnu með bræddu smjöri og eldið þar til þær eru gullinbrúnar. Snúið við og brúnið seinni hliðarnar létt.

g) Á meðan skaltu blanda afganginum af jarðarberjunum saman við sykur eftir smekk og sítrónusafa.

h) Berið fram hverja samloku um leið og hún er tilbúin, skreytt með skeið eða 2 af jarðarberjum og sýrðum rjóma.
i) Við stráum þeim með smá myntu.

91. Brauðbúðingsamlokur

ÞJÓNAR 4

HRÁEFNI :

- ¾ bolli léttur púðursykur
- ¼ bolli sykur, skipt
- 5-6 negull
- 1/8 tsk malaður kanill, auk auka til að hrista ofan á
- 1 stórt ljúffengt Granny Smith epli, afhýtt og skorið í þunnar sneiðar
- ¼ bolli rúsínur
- ½ tsk vanilluþykkni
- 8 þykkar (¾- til 1 tommu) sneiðar franskt brauð
- 6-8 aura af mjúkum, bræddum osti eins og Jack, eða mjög mildum hvítum Cheddar, sneiðum
- ½ bolli hvítaðar möndlur eða saxaðar furuhnetur
- Um það bil 3 matskeiðar af smjöri
- 1 skeið af ólífuolíu

LEIÐBEININGAR

a) Blandið púðursykri saman við 2 msk sykur, negul og kanil í þykkbotna potti . Bætið 2 bollum af vatni út í og blandið vel saman.

b) Setjið yfir meðalháan hita og látið suðuna koma upp, lækkið síðan hitann niður í miðlungs-lágan, þar til vökvinn myndar rólega krauma. Eldið í 15 mínútur, eða þar til síróp myndast. Bætið við eplasneiðunum og rúsínunum og eldið síðan í 5 mínútur í viðbót. Takið af hellunni og bætið vanillu út í.

c) Fjöldi brauðsneiða á vinnuborði. Hellið skeið af heitu sírópi yfir hverja brauðsneið, nokkrar matskeiðar á hverja sneið. Snúið hverju stykki varlega við og hellið heitu sírópinu yfir hinar hliðarnar. Látið standa í um það bil 30 mínútur.

d) Dreypið aðeins meira sírópi yfir brauðið, aftur um það bil matskeið eða svo á hverja sneið. Brauðið verður frekar mjúkt og það er hætta á að það fari í sundur þar sem það dregur í sig sæta sírópið, svo farið varlega í notkun. Leyfðu þér 15 mínútur í viðbót eða svo.

e) Setjið ostsneið ofan á 4 sneiðar af bleytu brauði. Fylltu hvern með um ¼ af eplum, rúsínum og möndlum (geymið eitthvað til enda). Toppið með brauðsneiðunum sem eftir eru til að mynda 4 samlokur. Þrýstu saman.
f) Hitið þunga steikarpönnu yfir meðalhita og bætið síðan um 1 matskeið af smjöri og ólífuolíu út í. Þegar smjörið freyðir og verður brúnt skaltu bæta samlokunum við. Lækkið hitann í miðlungs og eldið, þrýstið létt með spaða. Stilltu hitann þegar samlokurnar brúnast, lækkaðu eftir þörfum til að sykurinn í sírópinu brúnist ekki en brenni ekki.
g) Snúið samlokunum nokkrum sinnum, bætið meira smjöri á pönnuna, passið að brjóta ekki samlokurnar þegar þið snúið þeim við. Þrýstið öðru hverju, þar til samlokurnar eru brúnaðar og stökkar að utan og osturinn bráðinn.
h) Mínútu eða 2 áður en þær ná þessu ástandi skaltu henda afganginum af möndlunum á pönnuna og láta þær brúnast létt og brúnast. Stráið samlokunum og möndlunum af hinum 2 msk sykri yfir.
i) Berið fram strax, hverri samloku stráð ristuðum möndlum.

92. G regn og ostaborgari

Afrakstur: 4 skammtar

HRÁEFNI :

- 1½ bollar Sveppir, saxaðir
- ½ bolli Ferskur laukur, saxaður
- 1 matskeið Smjörlíki
- ½ bolli Höfrar, venjulegir
- ½ bolli Brún hrísgrjón, soðin
- ⅔ bolli Rifinn ostur, mozzarella
- Eða cheddar
- 3 matskeiðar Valhnetur, saxaðar
- 3 matskeiðar Kotasæla eða ricotta ostur
- Smá feitur
- 2 stórar egg
- 2 matskeiðar Steinselja, söxuð
- Salt, pipar

LEIÐBEININGAR

a) Í 10- til 12 tommu nonstick pönnu yfir miðlungs hita, eldið sveppina og græna laukinn í smjörlíkinu þar til grænmetið er lint, um það bil 6 mínútur. Bætið höfrum saman við og blandið í 2 mínútur.

b) Takið af hellunni, látið kólna aðeins og hrærið svo soðnum hrísgrjónum, osti, hnetum, kotasælu, eggjum og steinselju saman við. Saltið og piprið eftir smekk. Á smurðri 12X15 tommu bökunarplötu, myndaðu 4 bökunarbollur, hver ½ tommu þykk.

c) Steikið 3 tommur frá hita, snúið einu sinni, 6 til 7 mínútur alls. Berið fram á brauði með majónesi, laukhringjum og káli.

93. Svartur angus hamborgari með cheddar osti

Afrakstur: 1 skammtur

HRÁEFNI :

- 2 pund Angus nautahakk
- 3 Grilluð poblano paprika, fræhreinsuð og; skera í þriðju
- 6 sneiðar Gulur cheddar ostur
- 6 Hamborgararúllur
- Baby rauðeikar salat
- Súrsaður rauðlaukur
- Poblano Pepper Vinaigrette
- Salt og nýmalaður svartur pipar

LEIÐBEININGAR

a) Búðu til eld með viði eða kolum og láttu hann brenna niður í glóð.

b) Í stórri blöndunarskál, kryddið Angus nautakjötið með salti og pipar. Geymið í kæli þar til það er tilbúið til notkunar. Þegar það er tilbúið til notkunar skaltu móta í 1 tommu þykka diska.

c) Grillið í fimm mínútur á hvorri hlið fyrir medium rare. Síðustu fimm mínúturnar skaltu strá cheddar osti yfir. Eftir grillun, setjið hamborgara á helming rúllunnar og toppið með rauðum eiklum, poblano papriku, vinaigrette og súrsuðum rauðlauk. Berið fram strax.

94. Grillaðir tómatar og amerískur ostasamloka

Afrakstur: 4 skammtar

HRÁEFNI :

- 8 sneiðar hvítt brauð
- Smjör
- Tilbúið sinnep
- 8 sneiðar Amerískur ostur
- 8 sneiðar TÓMATAR

LEIÐBEININGAR

a) Smyrjið smjöri á 2 sneiðar af hvítu brauði fyrir hverja samloku. Smyrjið óbreittu hliðunum með tilbúnu sinnepi og setjið 2 sneiðar af amerískum osti og tvær tómatsneiðar á milli brauðsins, smjörsuðu hliðanna.

b) Steikið það á pönnu á báðum hliðum eða grillið þar til osturinn bráðnar.

95. Grillað epli og ostur

Afrakstur: 2 skammtar

HRÁEFNI :

- 1 lítið Ljúffengt rautt epli
- ½ bolli 1% fituskert kotasæla
- 3 matskeiðar Fínt saxaður fjólublár laukur
- 2 Enskar muffins með súrdeigi, klofnar og ristaðar
- ¼ bolli Rúsaður gráðostur

LEIÐBEININGAR

a) Kjarnið eplið og skerið þversum í 4 (¼ tommu) hringi; slepptu því.
b) Blandið kotasælu og lauk saman í litla skál og blandið vel saman. Dreifið um 2-½ matskeiðum af ostablöndu á hvern muffinshelming.
c) Settu 1 epli hring á hvern muffins helming; stráið muldum gráðostinum jafnt yfir eplihringana. Setjið á bökunarplötu.
d) Steikið 3 tommur frá hita í 1-½ mínútu eða þar til gráðostur bráðnar.

96. Grillaðar gráðostasamlokur með valhnetum s

Afrakstur: 1 skammtur

HRÁEFNI :

- 1 bolli Myldur gráðostur; (um 8 aura)
- ½ bolli Fínt saxaðar ristaðar valhnetur
- 16 sneiðar Svart brauð; skammstafað
- 16 litlar Kvistar af vatnakarsa
- 6 matskeiðar Smjör; (3/4 stafur)

LEIÐBEININGAR

a) Skiptið ostinum og hnetunum jafnt á milli 8 brauðferninga. Fyrir ofan hverja með 2 kvistum af karsa.

b) Stráið pipar yfir og toppið af brauðferningunum sem eftir eru og gerið alls 8 samlokur. Þrýstið varlega saman til að festast.

c) Bræðið 3 matskeiðar af smjöri á stórri pönnu eða pönnu við meðalhita. Eldið 4 samlokur á pönnu þar til þær eru gullinbrúnar og osturinn er bráðinn, um það bil 3 mínútur á hlið.

d) Flyttu yfir á skurðbretti. Endurtaktu með 3 msk smjöri sem eftir eru og 4 samlokur.

e) Skerið samlokurnar á ská í tvennt. Færið yfir á diska og berið fram.

97. Grillaðar beikon- og cheddarostsamlokur

Afrakstur: 1 skammtur

HRÁEFNI :

- ¼ bolli (1/2 stafur) smjör; stofuhiti
- 1 matskeið Dijon sinnep
- 2 teskeiðar Ferskt saxað timjan
- 2 teskeiðar Fersk saxuð steinselja
- 8 6x4 tommu sneiðar af brauði í sveitastíl; (um 1/2 tommu þykkt)
- ½ pund Cheddar ostur; þunnt sneið
- ¼ pund Þunnt sneidd reykt skinka
- ½ lítið Rauðlaukur; þunnt sneið
- 1 stór Tómatar; þunnt sneið

LEIÐBEININGAR

a) Blandið **FYRSTU 4 HRÁEFNUNUM** saman í skál. Kryddið með salti og pipar. Settu 4 brauðsneiðar á vinnuborðið.

b) Skiptið helmingnum af ostinum jafnt á milli brauðsneiðanna. Toppið með beikoni, síðan lauk, tómötum og ostinum sem eftir er. Toppaðu samlokurnar með brauðinu sem eftir er. Smyrjið kryddjurtasmjöri utan á toppinn og botninn á samlokunum.

c) Hitið stóra non-stick pönnu yfir meðalhita. Bætið samlokum út í og eldið þar til botninn er gullinn, um það bil 3 mínútur. Snúið samlokunum við, hyljið pönnuna og eldið þar til osturinn er bráðinn og brauðið er gullið, um það bil 3 mínútur.

98. grillað og beikon

Afrakstur: 100 skammtar

HRÁEFNI :

- 12 pund skinka; sneiðar
- 5 3/16 pund ostur
- 2 pund smjörprentun örugglega
- 200 sneiðar brauð

LEIÐBEININGAR

a) Steikið beikonið
b) Setjið 1 ostsneið og 2 beikonsneiðar á hverja samloku.
c) Penslið létt ofan og botn samlokanna með smjöri eða smjörlíki .
d) Grillið þar til samlokurnar eru léttbrúnar á hvorri hlið og osturinn bráðinn.

99. Grilluð ostadýr

Afrakstur: 4 skammtar

HRÁEFNI :

- 8 sneiðar Súrdeig eða fjölkorna deig
- Brauð
- ½ bolli Bláberjasósa
- 6 aura Kalkúnn, soðinn og skorinn í sneiðar
- 4 aura Cheddar ostur, mjúkur eða
- Skarpt, þunnt sneið
- Smjör

LEIÐBEININGAR

a) Smyrjið 4 brauðsneiðum með trönuberjasósu: toppið með kalkúni, osti og brauðsneiðunum sem eftir eru.

b) Smyrjið létt utan á samlokurnar með smjöri; eldið á stórri pönnu við meðalhita þar til það er brúnt á báðum hliðum.

100. Grillaður ostur á frönsku brauði

Afrakstur: 4 skammtar

HRÁEFNI :

- 2 egg, þeytt
- ¼ c upp mjólk
- ¼ c þurrt sherry
- ¼ tsk Worcestershire sósa
- 8 sneiðar af hvítu brauði eða heilhveitibrauð
- 4 sneiðar Ceder ostur

LEIÐBEININGAR

a) Blandið saman eggjum, mjólk, sherry og Worcestershire í grunnri skál.

b) Settu saman 4 ostasamlokur, dýfðu síðan hverri í eggjablönduna og steiktu rólega í smjörinu, snúðu einu sinni til að brúnast báðar hliðar.

Niðurstaða

Samlokur eru klassísk og þægileg máltíð sem allir geta notið, hvort sem þú ert upptekinn foreldri, nemandi á ferðinni eða bara að leita að bragðgóðri og seðjandi máltíð. Með uppskriftunum sem deilt er í þessari grein geturðu búið til dýrindis samlokur heima sem eru pakkaðar af bragði og örugglega vekja hrifningu. Svo næst þegar þú þarft fljótlega og bragðgóða máltíð skaltu íhuga að búa til samloku og láta bragðlaukana dekra við þig.